மச்சு வீடு

கி.வா. ஜகந்நாதன்

Title: Machu Veedu

Author: Ki. Va. Jagannathan

Language: Tamil

First Published on: 1952

Year of Publication: 2024

Book Format: Paperback

*Page Size: 6inch * 9inch*

Category: Essays

Subject: Religious Essays

No. of pages: 98

ISBN: 978-81-989085-6-8

Published by: Nilan Publishers, Madurai, Tamilnadu, India

பொருளடக்கம்

குறிப்புகளுக்காக

முன்னுரை

நாடோடிப் பாடல்களில் ஈடுபட ஈடுபட அவற்றில் நம்முடைய நாட்டுக்கே உரிய பண்பு எவ்வளவு தெளிவாகப் புலனா கிறது என்பதை உணர்கிறேன். காலந்தோறும் நம்முடைய வாழ்க்கை நிலைகள் மாறுகின்றன; தொடர்புகள் மாறுகின்றன. ஆனாலும், சில அடிப்படையான பண்புகள் மாறுவதில்லை. முன் காலத்தில் நாம் மண்ணெண்ணெய் விளக்கு ஏற்றவில்லை; விளக்கெண்ணெய் விளக்கை ஏற்றினோம். மின்சார விளக்கு அப்போது இல்லை; ரெயில் இல்லை; மோட்டார் இல்லை; கட்டை வண்டிப் பிரயாணம் நடந்த போது இருந்த அமைதி இப்போது இல்லை. அமைதி யிலே பாட்டுப் பிறக்கும்; புற அமைதியிலே, கவிஞனுடைய அகம் கவி வெறியினால் கொந்தளித்து உணர்ச்சி வசமாகும்; அப்போது கவி மலரும். ஆதலின் கட்டை வண்டிக்காரன் பல பாட்டுக்களைப் பாடினான்; நாடோடியாக வழங்கும் பாடல்களைக் கற்றுக் கொண்டு பாடினான். ரெயில் வண்டி வந்த பிறகு அத்தனை பாட்டு இல்லை; ஆனாலும், ரெயில் வண்டிப் பாட்டும் நாடோடி உலகத்தில் உண்டு.

காலத்தின் மாறுபாட்டால் வந்த ரெயிலுக்கும், மோட்டா ருக்கும், வெள்ளைக்காரனுக்கும், வக்கீலுக்கும் பாட்டுக்கள் இருக் கின்றன. இங்கிலீஷ் வார்த்தைகள்கூட இந்தப் பாட்டுக்களில் ஏறி யிருக்கின்றன. காலேஜ் படிப்பின் அம்சங்களை விரிவாகச் சொல் லும் பெரிய பாட்டு ஒன்று உண்டு. அதற்குக் காலேஜ் ஓடம் என்று பெயர்.

காலத்தால் மாறுபடாத பண்புகள் ஒவ்வொரு நாட்டிலும் உண்டு. பாரத நாட்டில் கடவுள் நம்பிக்கையும், புண்ணிய பாவங் களுக்கு அஞ்சுவதும், சமய நெறிப் பற்றும் எக்காலத்தும் உள்ளவை. ஞானிகள் என்றும், மகான்கள் என்றும், சாதுக்கள் என்றும் சிலர் வாழ்வதும், அவர்களைக் கண்கண்ட தெய்வங்களாக மதித்துப் போற்றி வழிபடுவதும் இன்று நேற்று வந்தன அல்ல; இனி சில காலத்தில் ஒழிவனவும் அல்ல. பாரத நாடு உள்ள வரையில் இவை இருக்கும். என்று இவை மறையுமோ அன்று பாரத நாடும் மறைந்து விடும். மண் இருக்கலாம்; மலை இருக்கலாம்; நீர் இருக்கலாம்; நிழல் இருக்கலாம்; அவை இருந்த மாத்திரத்தில் பாரத நாடு இருக்கிறதென்று சொல்ல முடியாது. பாரத நாட்டுக் குரிய சிறப்புப் பண்பு இருக்க வேண்டும். சால்பு என்றும், பண்பாடு என்றும், கல்ச்சர் (culture) என்றும் பலவாறு சொல்லுகிற சரக்கு இந்த நாட்டுக்கென்றே தனி வகையில் அமைந்திருக்கிறது. அது உன்னதமான இலக்கியங்களிலும் மணக்கும்; பாமர மக்களின் பாட்டிலும் மணக்கும். வாழ்விலே தளிர்த்து, சிந்தனையிலே மலர்ந்து, இலக்கியத்திலே கனிந்து, கலைகளிலே மணந்து விளங்கும்.

இந்தப் புத்தகத்தில் உள்ள நாடோடிப் பாட்டுக்கள் பாரத நாட்டின் தனிப் பண்பாகிய தெய்வ நம்பிக்கையையும், சமயப் பற்றையும் விளக்கத் தக்கவை. சின்னஞ்சிறு குழந்தை முதல் கிழவர் வரையில் கடவுளைப் பற்றிப் பேசுகிறார்கள். குழந்தை புத்தகத்திலே கலைமகளைப் பார்க்கிறது. பரதேசி உலகம் முழு வதும் முருகனைப் பார்க்கிறான். குழந்தையின் விளையாட்டிலே கண்ணன் வருகிறான். ஞானிகளின் பெருமையைக் கொச்சை மொழியிலே பாடுகிறார்கள் பாட்டிமார்கள்; மனோலயம் எப்படி வரும் என்பதைச் சொல்லுகிறார்கள்.

இத்தகைய பாடல்கள் இன்னும் பல பல அங்கங்கே வழங்குகின்றன. சாஸ்திரங்களில் சொன்ன நுட்பமான கருத்துகளைத் தெளி வான உபமானங்களுடன் சொல்லும் பாடல்கள் பல உண்டு. அவற்றையெல்லாம் தொகுத்து யார் வெளியிடப் போகிறார்கள்! நம்மால் புறக்கணிக்கப் பெற்றுப் பல பாடல்கள் மறைந்து ஒழிந் தன. இன்னும் சில உயிர் வைத்துக் கொண்டிருக்கின்றன. இன்னும் எவ்வளவு காலம் அவை வாழ முடியும்?

இதில் உள்ள பாட்டுக்கள் அவற்றின் இயல்பை ஒருவாறு தெரிந்து கொள்ள உதவும் என்று நம்புகிறேன்.

05.06.1952

கி.வா. ஜகந்நாதன்

மச்சு வீடு

1. பள்ளிக்கூடத்தில் பிள்ளையார்

நம் நாட்டிலே எவ்வகையான முயற்சியிலும் தெய்வத்தைத் தொடர்பு படுத்துவது பெரியார் வழக்கம். குழந்தை பிறந்து மொழி பயின்றது முதல் கிழவனாகி மரணம் அடை யும் வரையில் தனக்காகவும் பிறர்க்காகவும் செய்யும் காரியங்களில் எல்லாம் எப்படியாவது கடவுளின் சம்பந்தம் இருக்கும்படி செய்திருக்கிறார்கள். ஒரு வேலையும் செய்யாமல் சும்மா இருந்தால் அவன் பேச்சிலாவது தெய்வப் பெயர் வரும்படி ஏற்பாடு செய்திருக்கிறார்கள். சும்மா இருப்பவன் என்ன சொல்கிறான்? “நான் சிவனே என்று இருந்தேன்” என்று சொல்வது தமிழ்நாட்டு வழக்கம். ஒன்றும் செய்யாமல் கையைக் கட்டிக் கொண்டு குந்தியிருக்கிறவனி டத்திலே கூடத் தெய்வத்தைப் பற்றிய பேச்சு! அவ்வளவு தூரம் இந்த நாட்டு மண்ணில், காற்றில் தெய்வ மணம் ஏறியிருக்கிறது.

உலகிலுள்ள மரங்கள், விலங்குகள் எல்லாம் தெய்வத்தின் இருப்பிடம் என்று நம்புகிறவர் இந்நாட்டினர். சிறப்பாகச் சில மரங்களையும் மலர்களையும் பிராணி களையும் தெய்வத்துக்கு உரியனவாக வைத்துப் பாராட்டு கிறார்கள். மனிதனுக்கு எப்போதும் தெய்வ ஞாபகம் இருக்க வேண்டும் என்பதற்காகவே இத்தகைய திட்டங்களை வகுத்திருக்கிறார்கள்.

இந்தத் தெய்வ உணர்ச்சி தொட்டில் பழக்கமாகவே ஏற்பட்டு விடுகிறது. தாய் குழந்தையைத் தாலாட்டும் போது தெய்வத் திருப் பாடல்களைச் சொல்லித்

தாலாட்டுகிறாள். குழந்தையின் காதுகளில் தெய்வத் திருநாமங்களும் புகழ் வகையும் விழுகின்றன. குழந்தை வளர்ந்து பள்ளிக்கூடத் துக்குப் போனால் முதல் முதல் விநாயகரைத் துதிக்கக் கற்றுக் கொடுக்கிறார்கள். கலைமகள் துதியையும் குழந்தை கற்றுக் கொள்கிறது. இது பழைய வழக்கம்.

பள்ளியில் பிள்ளையாரைச் சிந்தித்துப் போற்றும் பாட்டுக்கள் நாடோடியாக வழங்கி வருகின்றன. திண்ணைப் பள்ளிக்கூடங்களில் அவற்றைச் சில இடங்களில் இப் பொழுதும் பாடுகிறார்கள்.

விநாயகரைக் குழந்தையின் மனத்தில் பதிப்பதற்கு நல்ல தந்திரம் செய்திருக்கிறார்கள் முன்னோர்கள். குழந்தை களுக்குப் பிரியமான தின்பண்டங்களெல்லாம் கணபதிக்கும் பிரியமானவை. அந்தக் கடவுளுக்கு எள் உருண்டை, பொரி, கடலை, அவல், வாழைப்பழம் முதலியவை நிவேதனம் செய்கிறார்கள். பிள்ளையாரா சாப்பிடப் போகிறார்? எல் லாம் குழந்தைகளுக்கு விநியோகம் செய்யத்தானே வைக்கிறார்கள்? முடிவில் தங்களுக்கு அவை கிடைக்கும் என்று தெரிந்து விட்டால் குழந்தைகளுக்கு உண்டாகும் குதூகலத் துக்கு எல்லை ஏது?

குழந்தைகளுக்கு ஏற்றபடி பிள்ளையாரும் சங்கீதம் பாடுபவராக இருக்கிறார். அவர்களுக்கு வியப்பை உண் டாக்கும்படி பெருச்சாளி மீதில் ஏறிக் கொண்டு சடு குடு என்று உலாவுகிறார். அவர்களுடன் சேர்ந்து இரண்டு கைக ளாலும் சப்பாணி கொட்டுகிறார். வெள்ளித் தாலத்தைச் சுத்தம் செய்து வைத்துப் போட்டதை உண்டு விட்டுப் பள்ளிக்கூடத்துக்குப் புறப்படுகிறார். பள்ளிக்கூடத்தில் உட்காருவதற்குத் தடுக்கும் படிக்க ஏட்டுச் சுவடியும் கைக் கொண்டு புறப்படுகிறார்.

பிள்ளையாரிடம் சொல்வது போலப் பாட்டு இருக்கிறது. நீ இன்ன மாதிரியெல்லாம் செய்ய வேண்டும் என்று பிள்ளையாரை நோக்கிச் சொல்வதாக இருந்தாலும் விஷயம் பள்ளிக்கூடத்துக்குப் போகும் பிள்ளைகளுக்கு உரியதாக இருக்கிறது. பள்ளிக்கூடக் குழந்தைகள் அவ்வளவு பேருக் கும் பிரதிநிதியாகப் பிள்ளையாரை வைத்துச் சொல்வது போலப் பாட்டு வருகிறது.

பிள்ளையாருக்கு என்ன என்ன நிவேதனம்?

எள்ளு பொரித்த பொரியும்
இடித்த அவல்தனில் கலந்து
வள்ளிக் கிழங்கைத் திருத்தி
வாழைப் பழத்தை உரித்து
உள்ளிய பாகு திரட்டி
உண்ணும் படியே தருவோம்
கள்ளத் திருமால் மருகா
கணபதி சப்பாணி கொட்டாயே!
ஆறு தேங்காய் அவல்தூணி
அதற்குத் தகுந்த எள்உருண்டை
நூறு குடலை மாம்பழமும்
நொடிக்கும் அளவில்
அமுதுசெய்ய வல்ல பிள்ளாய்
ஆடாய் பாடாய் சங்கீதம்
அடியேன் காணநின் றாடாயே!
சண்டப் பெருச்சாளி மீதுஏறிச்
சடுகுடு என்ன உலாவி
இண்டை இளம்பிறை சாய
இணங்கிய கொம்போர் இரண்டும்
அண்டத்து அமரர் துதிக்க
அடைக்கலம் காத்த பிரானே

குண்டைக் கணபதி நம்பி
குடங்கையால் சப்பாணி கொட்டாயே!

பொழுது விடிந்தது முதல் என்ன என்ன செய்ய வேண்டும் என்பதைச் சொல்கிறது பாட்டு.

பொழுது விடிந்தது பொழுது
போய்த் திருமலை ஏறவேணும்
பள்ளிக்கூடத்தில் பிள்ளையார்
ஏறி மலர்ந்தபூக் கொய்யவேணும்
கொய்து திருமுடி சாத்தவேணும்
சாத்தியே கைகட்டி நிற்கவேணும்
நின்று திருவிளக் கேற்றவேணும்
ஏற்றி அரகரஎன்ன வேணும்.
ஐயா கணபதி நம்பி
ஆயிரம் நாமம் உடையாய்
பொய்யில்லா மெய்யை உரைப்பாய்
போன தெல்லாம் தருவாய்!
வெள்ளித் தாளம் பூசிவைத்து
வேண்டும் படியே இட்டுஉண்டு
பள்ளிக்கு ஏற்க நடவாய்
பாக்கியம் செய்த பிள்ளாய்
பிள்ளாய் பிள்ளாய் பேர்உடையாய்
பிள்ளைகள் தங்கள் பிரானாரே
இருந்தீரே பிரானாரே
எங்கள் மனசு கலங்காதே
பள்ளித் தடுக்கும் கையேடும்
படிக்கும் சுவடியும் பரிந்தெடுத்துத்
துள்ளித் திரியும் கால்களைச்

சுகமே நிறுத்தும் பிரானாரே!

பள்ளிக்கூடத்துக்குப் போகும் பிள்ளைகள் துள்ளித் திரிவதை நிறுத்திக் கொண்டு கால்கள் துறுதுறுவென்று அலைவதைச் 'சுகமே நிறுத்த' வேண்டுமாம். அதோடு ஓடக் கூடாது, ஒளியக் கூடாது. வீட்டில் இட்ட சோற்றை யும் கறியையும் உண்டு 'வெள்ளி முளைக்கப் பள்ளிக்குப் போக வேண்டுமாம்.

ஓடாதே ஒளியாதே
இட்டதே சோறும் பெற்றதே கறியும்
உண்டு தூங்கிப் பூசை முடித்து
வெள்ளி முளைக்கப் பள்ளிக்கு வாரும்!

இந்தப் பாட்டைப் பாடிப் பிள்ளையாரைத் துதிக்கும் பிள்ளைகளின் நெஞ்சில் முதலில் எள்ளுருண்டையின் மணமும் வாழைப் பழத்தின் சுவையும் புகுகின்றன. பிறகு தாங்கள் எப்படி எப்படி நடக்க வேண்டும் என்ற நெறிமுறையும் பதிகின்றன.

2. பிள்ளையார் பாட்டு

பள்ளிக்கூடப் பிள்ளையாருக்குக் கடவுளுடைய ஞாபகத்தைப் பலபல விதமாகப் புகுத்திய தமிழர்கள் தலை முறை தலைமுறையாகப் பல பாடல்களையும் சொல்லிக் கொடுத்து வருகிறார்கள். குழந்தைகளுக்கு 'அ' என்ற எழுத்து முதல் 'ன்' வரையில் வரிசையாகச் சொல்லிக் கொடுப்பது அந்தக் காலத்து வழக்கம். அந்த வரிசை ஞாபகத்திலே நன்றாகப் பதிவதற்குத் தக்கபடி தோத்திரங்களையும் நீதி களையும் கற்பிப்பார்கள். ஆத்திசூடி, கொன்றை வேந்தன் என்ற இரண்டு நீதி நூல்களும் எழுத்து வரிசைப்படி அமைந்த வாக்கியங்களை உடையன.

தோத்திர நூல்களிலும் உயிர் வருக்க மாலை, மெய் வருக்க மாலை என்ற இரண்டு வகையான பிரபந்தங்கள் உண்டு. அவற்றில் உள்ள பாடல்கள் அகர வரிசைப்படி இருக்கும். வருக்கக் கோவை என்றும் ஒரு பிரபந்தம் உண்டு.

தமிழில் சில எழுத்துக்கள் வார்த்தையின் முதலில் வருவதில்லை. அந்த எழுத்துக்களின் முறை வரும் போது மேலே சொன்ன நூல்களில் அவற்றை இரண்டாம் எழுத்தாக வைத்துப் பாடியிருப்பார்கள்.

ஆத்திசூடியில் அறஞ்செய விரும்பு, ஆறுவது சினம் - என்று ஒன்றன்பின் ஒன்றாக வாக்கியங்கள் வருகின்றன. டகரம் வரும் போது அதை வார்த்தையின் முதலில் வைக்க முடியாமல் இரண்டாவது எழுத்தாக வைத்து 'இடம்பட வீடிடேல்' என்று ஔவையார்

பாடியிருக்கிறார். அடுத்த படி ணகரத்தையும் 'இணக்கமறிந்து இணங்கு' என்று வைத்துப் பாடியுள்ளார்.

பள்ளிக்கூடத்துப் பிள்ளைகள் விநாயகரைத் துதிப்ப தற்காக அமைந்த பாடல்களில் இந்த அகராதி வரிசையில் ஒரு பாட்டு உண்டு. நினைப்பவர்களுக்கு அருள் செய்யும் ஆனைக்கன்றாகிய பிள்ளையாருடைய புகழைச் சொல்லும் அந்தப் பாட்டு, மிகவும் எளிய நடையில் அமைந்த தென்று சொல்ல முடியாது. பிள்ளைகளுக்கு அர்த்தம் தெரிய வேண்டுமானால் உபாத்தியாயரைக் கேட்டுக் கொண்டு அறிந்து கொள்ளும்படி இருக்கிறது.

இந்தப் பாட்டை இயற்றினவர் இன்னாரென்று தெரியாது. 'வேழ முகம்' என்று பழங்கால முதல் வழங்கி வரும் பாடல் தொகுதியிலே உள்ளது இது. பள்ளிக்கூடத்தில் சேரும் பிள்ளைகள் முதலில் படித்துப் பிள்ளையாரை பழிபடுவதற்கு உபயோகமாக இருப்பது.

குழந்தைகளுக்கு விளங்காத விஷயங்களும் அவர்களுக்கு விளங்கக்கூடிய செய்திகளும் இந்தப் பாட்டில் கலந்து வருகின்றன. “அன்புடை அமரரைக் காப்பாய் ஜயஜய” என்றால் குழந்தைகளுக்கு எளிதில் விளங்காது. ஆனால், “ஈசன் தந்தருள் மகனே” என்பது விளங்கும். "பள்ளியில் உறைதரும் பிள்ளாய்” என்று கணபதியைத் தங்கள் உறுதுணையாக எண்ணுகிறார்கள். இறகைப் பதித்து எழுதுவதற்கும், விடியற் காலையில் எழுந்து தொழுவதற்கும் அருள் செய்ய வேண்டுமென்று குழந்தைகள் வேண்டிக் கொண்டு பாட்டை முடிப்பார்கள். பாட்டை இனிப் பார்ப்போம்.

சிந்தித் தவர்க்கருள் கணபதி ஜயஜய
சீரிய ஆனைக் கன்றே ஜயஜய
அன்புடை அமரரைக் காப்பாய் ஜயஜய
ஆவித் துணையே கணபதி ஜயஜய
இண்டைச் சடைமுடி இறைவா ஜயஜய
ஈசன் தந்தருள் மகனே உன்னிய ஜயஜய
கருமம் முடிப்பாய் ஊர்நவ ஜயஜய
சந்தி உகந்தாய் எம்பெரு மானே இறைவா ஜயஜய
ஏழுல குந்தொழ நின்றாய் ஜயஜய
ஐயா கணபதி நம்பியே ஜயஜய
ஒற்றை மருப்புடை வித்தகா ஜயஜய
ஓங்கிய ஆனைக் கன்றே ஜயஜய
ஔவியம் இல்லா அருளே ஜயஜய
அஃகா வஸ்து ஆனவா ஜயஜய

இது வரையில் அகரம் முதல் அக்கன்னா வரையில் உள்ள உயிரெழுத்துக்களை முதலாக வைத்துப் பாடியாகி விட்டது. கணபதி தம் தலையில் வளைந்த மாலையை அணிந்திருக்கிறார்; அவர் தலையில் சடையும் இருக்கிறது. இந்தக் கோலத்தை எண்ணி, "இண்டைச் சடைமுடி இறைவா'' என்று போற்றுகின்றனர். ஊருக்கு ஊர், மூலைக்கு மூலை, பிள்ளையார் அமர்ந்திருப்பதைப் பார்த்தவர்கள் குழந்தைகள். கோயில் இருந்தாலும் இல்லாவிட்டாலும் ஒரு மரத்தடியிலாவது அமர்ந்து சந்திதோறும் காட்சி அளிப் பவர் பிள்ளையார். ''ஊர் நவ சந்தி உகந்தாய்'' என்று பாராட்டும் போது அந்தச் சந்திப் பிள்ளையாரை நினைத்துக் கொள்கின்றார்கள், பள்ளிக்கூடப் பிள்ளைகள். இனி, க முதல் ன வரையில் உள்ள எழுத்துக்கள் வருகின்றன.

கணபதி எனவினை களைவாய் ஜயஜய
நப்போல் மழுவொன் றேந்தியே ஜயஜய
சங்கரன் மகனே சதுரா ஜயஜய
ஞயம்நம் பினர்பால் ஆடியே ஜயஜய
இடம்படு விக்கின விநாயகா ஜயஜய
இணங்கிய பிள்ளைகள் தலைவா ஜயஜய
தத்துவ மறைதெரி வித்தகா ஜயஜய
நன்னெறி விக்கின விநாயகா ஜயஜய
பள்ளியில் உரைதரும் பிள்ளாய் ஜயஜய
மன்றுள் ஆடும் மணியே ஜயஜய
இயங்கிய ஞானக் குன்றே ஜயஜய
அரவக் கிண்கிணி ஆர்ப்பாய் ஜயஜய
இலகுங் கொம்பொன் றேந்தியே ஜயஜய
வஞ்சனை பலவுந் தீர்ப்பாய் ஜயஜய
அழகிய ஆனைக் கன்றே ஜயஜய
இளமத யானை முகத்தாய் ஜயஜய
இறகுபதி விக்கின விநாயகா ஜயஜய
அனந்தலோ டாதியில் அடிதொழ அருளே! ஜயஜய

ட,ண,ய,ர,ல,ழ,ள,ற,ன என்னும் ஒன்பது எழுத்துக்களையும் இடம்படு, இணங்கிய, இயங்கிய, அரவக் கிண்கிணி, இலகும், அழகிய, இளமத யானை, இறகு, அனந்தல் என்று இரண்டாம் எழுத்தாக வைத்திருப்பதைக் காண்க. கணபதியின் கையில் உள்ள மழு எழுத்துக்களைக் கற்றுக் கொள்ளும் குழந்தைக்கு ந என்பதைப் போல் இருக்கிறதாம்; "நப்போல் மழு" என்று சொல்லுகிறான். விநாயகர் பெரிய தேகத்தை உடையவர். அவர் உட்கார்ந்து கொண்டால் இடத்தை அடைத்துக் கொள் வார். இதைக்கூட ஹாஸ்ய ரஸம் உண்டாகும்படி, "இடம் படு விக்கின விநாயகா" என்று

சொல்கிறான். உபாத்தி யாயருக்கு இணங்கி, தாய் தகப்பனாருக்கு இணங்கி, படிப்புக்கு இணங்கி வரும் பிள்ளைகள் நல்ல பிள்ளை கள். அவர்களுக்கு கணபதி நன்மை புரிவார். அவர்களுக் கெல்லாம் சட்டாம் பிள்ளையாக இருந்து கல்வி அறிவு மிகும்படி செய்வார். "இணங்கிய பிள்ளைகள் தலைவா" என்று பிள்ளையாரைப் புகழும் போது இந்த எண்ணங்க ளெல்லாம் சிறு குழந்தைகளின் மனத்தில் உதயமாகின்றன. இந்தத் திண்ணைப் பள்ளிக்கூடத்துக்குத் தலைவனாக இருந் தாலும் கணபதி தத்துவ மறைகளாகிய வேதங்களைத் தெரிந்தவர், ஞானக் குன்று, நர்த்தனம் செய்யும் மாணிக்கம் இப்படிப்பட்ட பெரிய விஷயங்களையும் குழந்தைகள் சொல்லுகின்றன; உபாத்தியாயர் சொல்லிக் கொடுக் இன்றார்; தங்களுக்கு விளங்காவிட்டாலும் சொல்லி வைக் கின்றன. பிற்காலத்தில் விளங்கினாலும் விளங்கும் அல்லவா?

எழுந்தவுடன் தூக்கமயக்கத்தில்கூட முதல் முதலாகக் கணபதியின் திருவடிகளைத் தொழ வேண்டுமென்பது குழந்தையின் முடிவான பிரார்த்தனை. "அனந்தலோடு ஆதியில் அடிதொழ அருளே". அனந்தல் - தூக்க மயக்கம். மனித வாழ்வின் அதிகாலையாகிய குழந்தைப் பருவத் தில் ஒவ்வொரு நாளிலும் அதிகாலையில் தெய்வ நினை வோடு எழுவதென்பது எவ்வளவு நல்ல பழக்கம்! இந்திய நாட்டு வழக்கம் இது; தமிழர் பழைய மரபு இது.

3. கல்வித் தெய்வம்

பிள்ளையாரும் கலைமகளும் எல்லாச் சாதியாரும் வாழ்த்தும் தெய்வங்கள். பிள்ளையார் சதுர்த்தியும் ஆயுத பூஜையும் பாமர மக்களால் மிகச் சிறப்பாகக் கொண்டாடப் பெறும் திருநாளாகும். ஆயுத பூஜையன்று தொழிலாளிகளுக்கெல்லாம் அளவு கடந்த உற்சாகம். அன்று அவர் 'ளுக்குத் தொழிலில் ஓய்வு; தொழிலுக்கு உதவும் கருவிகளையெல்லாம் துலக்கிச் சந்தன குங்குமம் இட்டு அவர்கள் வழிபடுவார்கள். அவர்களுக்குக் கண்கண்ட தெய்வமல்லவா அவைகள்?

தொழிற் கல்வியைப் பற்றி இன்று ஆரவாரித்துப் பேசுகிறார்கள். பழங் காலத்தில் இலக்கியத்தைப் போற்றும் அறிஞர்கள் கலைமகளை வழிபடும் போது, தொழிலாளிகளும் ஆயுத பூஜையையே கலைமகள் வழிபாடாகச் செய்து வந்தார்கள். இன்னும் நம் நாட்டில் பாமரர்கள் இதை விடவில்லை. அவர்களுக்குக் கலைமகள் ஆயுதங்களிலே கோயில் கொண்டிருக்கிறாள்.

புத்தகங்களைப் படிக்கும் நமக்குக் கலைமகள் அந்தப் புத்தகங்களில் இருக்கிறாள். பள்ளிக்கூடத்தில் படிக்கும் பிள்ளைகள் புத்தகங்களை அடுக்கி வைத்துச் சந்தன குங்குமம் இட்டு அவற்றையே சரஸ்வதி தேவியாக எண்ணிக் கும்பிடுகிறார்கள்.

கலைமகளை உபாசனை செய்த புலவர்கள் பலர் இருக்கின்றனர். கம்பர், ஒட்டக்கூத்தர் இருவரும் சரஸ் வதியின் அருள் நிரம்பப் பெற்றவர்கள். கம்பர் சரஸ்வதி அந்தாதி என்ற துதி நூல் ஒன்றை இயற்றியிருக்கிறார்.

ஒட்டக் கூத்தர், கூத்தனூர் என்ற ஊரில் சரஸ்வதிக்குத் தனியே ஒரு கோயில் கட்டுவித்து வழிபட்டார். குமரகுருபர ஸ்வாமிகள் என்ற பெரியார் சகலகலா வல்லிமாலை என்ற துதி நூலைப் பாடி ஹிந்துஸ்தானி மொழியை விரைவிலே கற்றுக் கொண்டாராம்.

இந்தப் புலவர்கள் பாடிய பாடல்களும் வேறு சில தனிப் பாடல்களும் கலைமகள் துதியாகத் தமிழில் வழங்கு கின்றன. பள்ளிக்கூடக் குழந்தைகள் துதிக்கும்படி ஒரு கோத்திரம் உண்டு. திண்ணைப் பள்ளிக்கூடங்களில் பழங் தாலத்தில் அந்தத் தோத்திரங்களைக் கற்றுக் கொடுப்பார்கள். தலைத் தெய்வத்துக்கு உண்மையான கோயில் பள்ளிக் கூடம் அல்லவா?

பள்ளிக்கூடக் குழந்தை சொல்லும் பாடலிலே பாத்தியாருக்கு மட்டும் விளங்கும் செய்திகளும் உண்டு. ஆனாலும் குழந்தை மிகவும் பயபக்தியோடு பாட்டைச் சொல்வதில் தவறுவதில்லை.

"புத்தகத்துக்கு உள்ளே இருக்கும் தேவீ, வெண் தாமரைப் பூவிலே வீற்றிருக்கும் செல்வியே, மிக்க அறிவுடைய பெண் தெய்வமே, வேதங்களிலே சொல்லப்பட்ட பொருளுக்கெல்லாம் நாயகியே, முத்தால் ஆகிய குடையை உடையவளே, மூன்று உலகமும் தொழும் தேவியே" என்று தோத்திரம் செய்ய ஆரம்பிக்கிறது குழந்தை.

புத்தகத்துக்கு உள்ளுறை மாதே!
பூவில் அமர்ந்து உறை வாழ்வே!
வித்தகப் பெண்பிள்ளை நங்காய்!
வேதப் பொருளுக்கு இறைவி!

முத்தின் குடை உடையாளே!
மூவுலகும் தொழும் தேவி!

மேலே அவளுடைய அங்கங்களின் வருணனை ஆரம்பமாகிறது. இந்தப் பகுதியைக் குழந்தை இயந்திரம் மாதிரி ஒப்பிக்குமே ஒழியச் சரஸ்வதியின் திருவுருவ வருணணை என்று எங்கே தெரிந்து கொள்ளப் போகிறது?

செப்பு கவித்தன முலையாய்!
செவ்வரி ஓடிய கண்ணாய்!
முத்து நிரைத்தவெண் பல்லாய்!
முருக்கம்பூ மேனிநிறத் தாளே!
தக்கோலந் தின்றதுவர் வாயாய்!
சரஸ்வதி என்னும் திருவே!

அடுத்தபடி குழந்தை பிரார்த்திக்கத் தொடங்குகிறது எழுத்தறிந்து பெருமையுள்ள மகன் ஆகி மிடி தீர்ந்து வாழ வேண்டுமென்றும், அதற்குக் கிருபா நோக்கம் பாலிக் வேண்டுமென்றும் பிரார்த்தித்துக் கொள்கிறது.

எக்காலும் உன்னைத் தொழுவோம்;
எழுத்தறி புத்தி பண்ணுவிப்பாய்;
ஆக்காய் எம் பெருமாட்டி,
அழகிய பூஅணை மீதாய்,
நோக்காய் என்மிடி தீர;
நொடிக்கும் பிராமணத்தி நோக்காயே

பின்னும் தோத்திரம் வடமொழி வார்த்தைகளோடு வருகிறது. ஞானக் கொழுந்து, கல்விக்கு அரசு, கணக்கு அறி தேவி, சொல்லும் பொருளுமாய் இருப்பவள்,

சூட்சுட மான உருவத்தை உடையவள் என்று அர்ச்சனையைப் போல ஒன்றன்பின் ஒன்றாகக் கலைமகள் புகழும் பெயரும் வரும் போது குழந்தையின் உள்ளத்திலே ஒரு வகையான பக்தி மீதூர்ந்து நிற்பதைக் காணலாம்.

சாலு நெல் அரிசி கொண்டு
சரஸ்வதி பூசை பண்ணிப்
பாலொடு பழத்தை நிரப்பிப்
பராவித் தொழுவோம் நங்காய்!
நங்காய் நங்காய் நமோஸ்து!
ஞானக் கொழுந்தே நமோஸ்து!
கல்விக்கு அரசே நமோஸ்து!
கணக்குஅறி தேவி நமோஸ்து!
சொல்லும் பொருளே நமோஸ்து!
சூக்கும ரூபி நமோஸ்து!

இந்தச் சூட்சும ரூபியைப் புத்தக உருவத்திலே வைத்து வணங்கும் குழந்தைக்கு அந்தப் புத்தகத்திலே எத்தனை கௌரவ புத்தி உண்டாகிறது! தப்பித் தவறிக் காலிலே பட்டால் கையால் தொட்டுக் கண்ணில் ஒத்திக் கொள்கிறது.

இது பழைய கதை; ஆனாலும் சில சில கிராமங் களிலே இன்னும் இத்தகைய குழந்தைகளைக் காணலாம்.

4. சங்குச் சக்கரச் சாமி

குழந்தைகளுடைய உள்ளத்தில் எதையாவது புகுத்தி வேண்டுமென்றால் ஆட்டம் பாட்டம் எல்லாம் வேண் டும்; சொல்லுகின்ற வார்த்தைகளிலே ஒரு மோகன சக்தி இருக்க வேண்டும். நாடோடியாக வழங்கும் குழந்தைப் பாடல்களிலே இந்த அம்சங்களை நிறையப் பார்க்கலாம்.

'ஜிகி ஜிகிச்சாங் குருவி வந்து
ஜிலாம் மாட்டிக்கிச்சாம்'

என்று சொல்லும் போது குழந்தை துள்ளிக் குதிக்கிறது; குருவியைப் போலத் தத்தித் தத்திப் பாய்கிறது. கைகளைப் பக்கவாட்டில் நீட்டி இறக்கைகளைப் பரப்பிப் பறக்கும் பறவை போலக் குதித்துக் கூத்தாடுகிறது. அந்தப் பாட்டி யின் ஒலியும் தாளமும் குழந்தைக்கு ஒரு வகையான ஆவேசத்தை மூட்டி விடுகின்றன.

தெய்வத்தைப் பற்றிக் குழந்தைக்குச் சொல்ல வேண்டு மானால் எளிதில் முடிகிற காரியமா? பெரியவர்கள் உள்ளத்திலே தெய்வ ஞாபகம் உண்டாவது எவ்வளவு அருமையாக இருக்கிறது? ஆயிரக்கணக்கான பாடல்களைப் பெரியோர்கள் பாடிச் சென்றிருக்கிறார்கள். அந்தப் பாடல் வெள்ளத்தினிடையே நடந்து கொண்டும், ஓடிக் கொண்டும், தொழில் செய்து கொண்டும் வாழ்கிறோம். ஆனால் ஒரு பாட்டாவது உள்ளத்துக்குள்ளே பாய்வதற்கு நம்முடைய பக்குவம் இடம் கொடுப்பதில்லை.

குழந்தை உள்ளத்திலே தெய்வத்தை உலாவச் செய்ய வேண்டுமானால் அதற்கு வழி என்ன? குருவியானாலும் சரி, கோவிந்தனானாலும் சரி, மோகனமான ஒலியும் உற்சாகத்தை மூட்டும் தாளமும் அமைந்து விட்டால் குழந்தை நிச்சயமாகக் குதிக்கும், கூத்தாடும். இந்தத் தந்திரத்தைத் தமிழ் நாட்டார் அறிந்திருக் கிறார்கள். நாடோடிப் பாவலன் நன்கு தெரிந்து கொண்டிருக் கிறான். அவன் குழந்தைக்குத் திருமாலின் தரிசனத்தைச் செய்து வைக்கிறான்; பழக்கம் பண்ணி வைக்கிறான் என்று தான் சொல்ல வேண்டும்.

விஷ்ணு ஸஹஸ்ர நாமத்தில் ஆயிரம் பேர்கள் இருந் தும், அதில் இல்லாத பல்லாயிரம் பேர்கள் வேறு வேறு இருந்தும் குழந்தைக்கு அவற்றைத் தெரிவிக்காமல், "சங்குச் சக்கரச் சாமி" என்று அறிமுகப்படுத்துகிறான் பாவலன். குழந்தை அந்தச் சாமியைப் பற்றிக் கேட்கும் போதே கூத்தாடத் தொடங்கி விடும். சங்குச் சக்கரச் சாமி சிங்குச் சிங்கென ஆடிக்கொண்டு பிரசன்னமாகிறது.

சங்குச் சக்கரச் சாமி வந்து
சிங்குச் சிங்கென ஆடுமாம் –
அது சிங்குச் சிங்கென ஆடுமாம் –
அது சிங்குச் சிங்கென ஆடுமாம்! (சங்குச்)

பாட்டைச் சொல்லுகிறவர் சும்மா சொல்ல முடி யுமா? கையிலே அகப்பட்டதை மத்தளமாக வைத்துக் கொண்டு தட்டினால்தான் அவருக்குப் பாட்டைப் பூரணமாகப் பாடும் திருப்தி ஏற்படும். அப்படி இருக்கிறது பாட்டின் தாளப் போக்கு. அந்தக் கொட்டுக்கு ஏற்றபடி குழந்தையும் சிங்குச் சிங்கென ஆடுவதில் என்ன தடை?

இந்த நிகழ்ச்சிகளும் அந்தச் சாமியின் செயல்களே என்று நாடோடிப் பாவலன் சொல்லுகிறான்.

கொட்டுக் கொட்டச் சொல்லுமாம் - அது
கூத்தும் ஆடப் பண்ணுமாம்
சங்குச் சக்கரச் சாமி வந்து
சிங்குச் சிங்கென ஆடுமாம்!

இதோடு நின்று விடுகிறதா பாட்டு? மேலும் செல்கிறது. திருமாலின் அவதார விசேஷங்களைக் குழந்தைப் பாஷையிலே சொல்கிறது. திரிவிக்கிரமாவதாரத்தைப் புலவன் நினைத்துக் கொள்ளுகிறான். பாட்டு லேசாகத் தாளத்தோடு குதித்துக் குதித்து வருகிறது.

உலகம் மூணும் அளக்குமாம் – அது
ஓங்கி வானம் பிளக்குமாம்!

குழந்தைகூட அப்படியே நடிக்கும் போல் இருக்கிறதே! ஓங்கி வானம் பிளக்குமாம் என்னும் போது குழந்தையின் கைகள் அதனையும் அறியாமல் மேலே போகின்றன. பாட்டில்தான் எத்தனை மோகன சக்தி!

நாடோடிப் பாவலன் அடுத்தபடி ஒரு பெரிய மந்திரச் செயல் செய்கிறான். ஹிரண்யனைக் கொல்லும் பொருட்டுத் தூணிலிருந்து புறப்பட்ட நரசிங்கம் அண்ட கடாகங்க ளெல்லாம் நடுங்கும்படியாகச் சிரித்தது என்று கம்பர் பாடுகிறார்.

குழந்தைப் பாட்டைச் சொல்லும் புலவன் நரசிங்கத்தைக் குழந்தைக்கு இனிய பொருளாக மாற்றி விடுகிறான். அது கலகலவென்று சிரிப்பதை மாத்திரம் எடுத்துச்

சொல்கிறான். நரசிங்கம் காணக் காண இனிக்கும் கோலம் கொள்கிறது.

கலக லென்று சிரிக்குமாம் - அது
காணக் காண இனிக்குமாம்
சங்குச் சக்கரச் சாமி வந்து
சிங்குச் சிங்கென ஆடுமாம்!

குழந்தையும் இதோ கலகலவென்று சிரிக்கிறது. அதுவும் காணக் காண இனிக்கத்தான் இனிக்கிறது.

இந்த அருமையான பாட்டை ஓசை கெடாமல், அழகு மங்காமல் வேறு மொழியிலே மொழி பெயர்த்துச் சொல்ல முடியுமா? நிச்சயமாக முடியாது; அந்தச் சங்குச் சக்கரச் சாமியே வந்தாலும் முடியாது!

5. வரதர் உற்சவம்

சமுதாயத்தின் உயர்ந்த படிகளிலே உலவி வருகிறவர் களுக்குச் சிந்தனையும் வார்த்தைகளும் உயர்ந்த தோரணை யிலே அமைவது இயல்பு. ஒரு மனிதனுடைய பேச்சும் செயலும் அவனைச் சுற்றியுள்ளோருடைய பழக்க வழக் கங்களைச் சார்ந்து வளரும். ஆகையால் தொழிலாளி களுடைய கூட்டத்துக்கிடையே நாம் புகுந்து பார்த்தால் அவர்கள் தொழில் பற்றிய பேச்சை அதிகமாகக் கேட்க லாம். அவர்களுடைய ஜீவாதாரமான தொழிலின் நினைவே அவர்கள் பேச்சில் வேடிக்கையாகவும் உபமானமாகவும் வசவாகவும் வெளிப்படும்.

தெய்வ பக்தி, பாரமார்த்திக எண்ணங்கள் உடைய குடும்பத்திலே பழகுகிறவர்களுக்குத் தெய்வ ஞாபகமும் ஜீவதத்துவத்தைப் பற்றிய சிந்தனைகளும் ஒருவர் சொல்லிக் கொடுக்காமலே ஏற்படுகின்றன. நாடோடிப் பாடல்களில் இந்த வாழ்க்கை நிலை அப்படியப்படியே பதிந்து விளங்குவதைக் காணலாம். இடம், காலம், மனித சமுதாயம் இவற்றைச் சார்ந்த அடையாளங்கள் நாடோடிப் பாடல்களில் இருப்பதைக் கொண்டு அவற்றின் சரித் திரத்தை ஓரளவு தெரிந்து கொள்ள வழி உண்டு.

காஞ்சீபுரத்தைச் சுற்றியுள்ள ஊர்களில் வழங்கும் நாடோடிப் பாடல்கள் பலவற்றில் காஞ்சீபுரம் வரதராஜப் பெருமாளும் காமாட்சியம்மையும் தரிசனம் அளிப்பது ஆச்சரியம் அன்று. பாடுகிறவர்களுடைய கூட்டம்

வாழ்க்கைத் தரத்தில் எந்தப் படியில் நிற்கிறதோ அதற்கு ஏற்ற முறையில் பாட்டு அமைந்திருக்கும்.

வரதராஜப் பெருமாளுடைய உற்சவத்தைப் பெண்கள் ஞாபகப்படுத்திக் கொள்வதற்கு ஒரு நாடோடிப் பாட்டு உதவுகிறது. பாட்டில் உற்சவ நடை முறை வரிசையாக வருகிறது. கொடியேற்றம் முதல் விடாயாற்றி வரையில் அடுக்கடுக்காக வருகிறது. அவற்றை ஞாபகப்படுத்திக் கொள்ள ஒரு சுலபமான வழியைப் பெண்கள் கண்டுபிடித் திருக்கிறார்கள். பாட்டுக்கு உரிய ஓசையோடு எந்த விஷயத்தை முக்கியமாகச் சொல்ல வேண்டுமோ அது ஒரு பாட்டின் இறுதியிலே வரும்படி எதுகை அமைத்துப் பாடுகிறார்கள்.

வரதர் உற்சவம் வைகாசி மாதத்தில் நடைபெறு கிறது. இதுதான் பாட்டுக்கு ஆரம்பம். அதை அவர்கள் எப்படி ஞாபகப்படுத்துகிறார்கள்?

குட்டை குளத்தில் பாசி
கோவிலில் ஆடுவாள் தாசி
வடக்கே போனால் காசி
வரதர் உற்சவம்வை காசி!

வைகாசி என்பதற்கு ஏற்ற எதுகை வரும் வார்த்தை களை அமைத்துப் பாடுகிறார்கள். அந்த வார்த்தைகளும் அவற்றைக் கொண்ட வாக்கியங்களும் அந்தப் பெண்கள் வாழ்க்கையில் அறிந்தனவாக இருக்கின்றன. ஒவ்வொரு வாக்கியத்துக்கும் அர்த்தத்தில் தொடர்பு இல்லை. ஆனாலும் ஓசையிலே, பாட்டின் அங்கம் என்ற முறையிலே, தொடர்பு இருக்கிறது.

உற்சவம் ஆரம்பமாகி விட்டது. ஆழ்வார் முதல் நாள் எழுந்தருளி மார்க்கங்களைச் சரி பார்ப்பதாக ஓர் ஐதீகம் உண்டு. அதை 'முள்ளுப் பொறுக்குதல்' என்று பேச்சு வழக்கில் வழங்குவார்கள். அதைப் பாட்டுச் சொல்லும் மாதிரி வருமாறு:

பனைம ரத்தில் கள்ளு
பசங்கள் வாயில் சொள்ளு
கொல்லை விளைந்தால் எள்ளு
ஆழ்வார் பொறுக்கும் முள்ளு

பிறகு துவஜாரோகணம் ஆகிறது.

சாதம் கொதிக்கிறது வடியும்
கையிலே காரியம் படியும்
நினைச்ச காரியம் முடியும்
வரதர்க் கேறும் கொடியும் - நம்ப
வரதர்க் கேறும் கொடியும்.

பிறகு பெருமாள் சப்பரத்தில் எழுந்தருளுகிறார்.

வாசலில் விற்குமாம் மோதிரம்
வருந்தி அழைத்தால் இப்புறம்
வரமாட்டேன் என்றால் அப்புறம் - நம்ப
வரதர் ஏறும் சப்பரம்.

உற்சவத்தில் ஒவ்வொரு நாளும் வரதர் காலையில் ஒரு வாகனத்திலும் மாலையில் ஒரு வாகனத்திலும் எழுந் தருளி உலா வருகிறார்.

உடைமை பண்ணற தங்கம் - வரதர்
உலகம் பதினா லெங்கும்
தெற்கே போனால்ஸ்ரீ ரங்கம்
வரதர் ஏறும் சிங்கம்.
செய்கிற காரியம் நிமிஷம்
செய்யாமல் போனால் தாமஸம்
கும்பல் கூடினால் துமிசம்
வரதர் ஏறும் அம்சம்.

ஹம்ச வாகனத்தை ஞாபகப்படுத்திக் கொள்ளும் பெண்மணி அகத்துக் காரியத்தைப் பற்றிய தத்துவத்தைச் சொல்கிறாள். 'எந்தக் காரியத்தையும் கவனத்தோடு செய்தால் நிமிஷம் செய்து விடலாம்; பிறகு பார்த்துக் கொள்ளலாம் என்று தள்ளிப் போட்டால் தாமசமாகி விடும். நாலு பேரைச் சேர்த்துச் செய்யலாமென்று இருந் தால் எல்லாம் பயனற்றுப் போகும்' என்று அவள் சொல்கிறாள். ஆங்கிலத்தில், 'பல சமையற்காரர்கள் சேர்ந்து சமையலைக் கெடுப்பார்கள்' என்று ஒரு பழமொழி உண்டு. அந்தப் பழமொழிக் கருத்தையே குழந்தைக்கும் புரியும் பழகு தமிழில், "கும்பல் கூடினால் துமிசம்'' என்று வீட்டு எஜமானி சொல்கிறாள்.

மேலே வரும் வாகனங்களைக் கவனிக்கலாம்.

செய்கிற காரியம் அறிவேன்
சூட்சு மங்களைத் தெரிவேன்
உற்றார் உடைமையைப் பறியேன்
வரதர் ஏறும் சூரியன்.
கண்தெரி யாதவன் குருடன் - வழி
கட்டி அடிக்கிறவன் திருடன்

கல்யாணம் பண்ணாத முரடன் - நம்ப
வரதர் ஏறும் கருடன்.

தெற்குத் தென்னண்டை மடையும்
முடையும் திருப்பூக் கூடையும்
ராஜாம் பேட்டைக் கடையும்
வரதர்க்குப் போடும் குடையும்.

காட்டில் மேய்கிறது கலைமான்
கரண்டி பண்றவன் கருமான்
உடப்பிறந்தான் பிள்ளை மருமான் - நம்பி
வரதர் ஏறும் அநுமான்.

வெய்யில் வேளையில் வேகும்
விடாய்த்து வந்தால் தாகம்
விட்ட பாம்பு சாகும்
வரதர் ஏறும் நாகம்.

வாத்தியார் சொல்றது மந்திரம்
வாய்தப்பிப் போனால் தந்திரம்
தேவ லோகத்து இந்திரன்
வரதர் ஏறும் சந்திரன்.

சர்வ மானிய கழனி
சண்டைக்கு வந்தான் சகுனி
அறிஞ்சு வந்தாள் பகினி
அஞ்சாந் திருநாள் மோகினி.

காக்கை பதுங்குகிறது வில்லுக்கு
கழனி உழுதல் நெல்லுக்கு

திருவிளக் கேற்றுதல் உள்ளுக்கு
மோகினி வேஷம் பல்லக்கு.

முத்துக் கட்டின வாளி
மூக்குக் கிரகண மூளி
வாசலில் வந்தால் காளி
வரதர் ஏறும் யாளி.

வாசலில் விற்குமாம் மோதிரம்
வருந்தி அழைத்தால் இப்புறம்
வரமாட்டேன் என்றால் அப்புறம்
ஆறாந் திருநாள் சப்பரம்.

குசவன் பண்ணற பானை
கூத்தாடி வருதாம் சேனை
அறிஞ்சு வருதாம் பூனை
ஆறாந் திருநாள் யானை.

கொடி வழியில் பூமரம்
கோணா மாணா போமரம் *(?)*
பசங்கள் ஆடறது பம்பரம்
வரதர்க்குப் போடும் சாமரம்.

துரைக ளுடைய காசில்
தள்ளி விட்டான் தாசில்
ஏகாம்ப ரேசர் வாசல்
ஏழாந் திருநாள் ஏசல்.

இதோ வருகிறது தேர்!

கழனி விழுகிற காரு
கணக்கு எழுதற ஊரு
வெள்ளம் வறதுபா லாறு
வீதியில் வந்தது தேரு.

தேர் ஓடி நிலைக்கும் வந்து விடுகிறது.

காதில் இட்டால் ஓலை
கழுத்தில் முத்து மாலை
வாரிச் சொரிகிறாள் தலையில்
வந்த தேதேர் நிலையில்.

பிறகு குதிரை வாகனம்.
கொட்ட மடிச்சாடு குதிரை
கொம்பு சளைச்சான் சண்டையில்
தெற்கே போனால் மதுரை
வரதர் ஏறும் குதிரை.

பல்லக்கு முதலியவை தொடர்ந்து வருகின்றன.

பட்டறை போட்டான் பல்லக்கு
பாத்துப் பயந்தாள் சொல்லுக்கு
யுத்தம் தொடுத்தாள் மல்லுக்கு
ஒன்பதாந் திருநாள் பல்லக்கு.

வாடாப் பூவைக் காட்டி
வருந்தி அழைத்துச் சூட்டி
ஓரத்தா மாரெல்லாம் பூட்டி
ஒன்பதாம் புண்ணியக் கோட்டி.

கோட்டைக் கலங்காரம் கொத்தளம்
கூத்துக்கு அலங்காரம் மத்தளம்
தயிர்ப்பானை உடைந்தால் தத்தளம்
பத்தாம் திருநாள் சத்தாபரணம்.

வெற்றிலைத் தோட்டத்து ஆத்தி
தளிகை பண்ணினால் நேர்த்தி
புஷ்ப மாலையைச் சாத்தி
பெருமாள் விடா யாத்தி!

பாட்டிலே வரதர் உற்சவம் ஒழுங்காக நடைபெற்று விடுகிறது. இந்த மாதிரி அந்த அந்தத் தலங்களில் பாடல்கள் வழங்குவது உண்டு. இந்தப் பாட்டிலே இன்னும் சில கூடுதல் குறைவும் உண்டு.

தாளத்தோடும் பாட்டோடும் தெய்வத்தை நினைக்கவும், உற்சவத்தை நினைக்கவும் இந்தப் பாடல் உதவுகிறது. குழந்தைகள் சந்தோஷமாய்ப் பாடி உற்சாகமடைய ஏற்றதாகப் பாட்டு ஓடுகிறது.

(இந்தப் பாடல்களை எனக்கு உதவியவர் என் நண்பர் கா.ஸ்ரீ.ஸ்ரீ.)

6. கண்ணன் விளையாட்டு

கவிஞர்களுக்கும் பக்தர்களுக்கும் கண்ணன் கற்கண்டுக் கட்டி. அவனுடைய பல லீலைகளிலே கற்பனை ரதத்தைச் சஞ்சாரம் செய்ய விட்டு விட்டால் அளவு, எல்லை, கட்டுப்பாடு ஒன்றும் இல்லாமல் கவிதை உள்ளம் புதுப் புதுச் சித்திரங்களைப் பொழிந்து கொண்டே இருக்கலாம். கோபியர்களுடன் அவன் கோகுலத்தில் செய்த சல்லாப உல்லாசத் திருவிளையாடல்களைக் கவி பரம்பரையினர் நினைத்து நினைத்துப் பாடி வருகிறார்கள். இன்னும் அதற்கு முற்றுப்புள்ளி போடவில்லை. பெரியாழ்வாரும் ஆண்டாளும் கண்ணபிரானைக் குழந்தையாகவும் காதல னாகவும் அநுபவித்துப் பாடிய சுவைமயமான பாடல்கள் தமிழ் இலக்கிய உலகிலும் பக்தி உலகிலும் சிறப்பைப் பெற்றிருக்கின்றன. பாகவத புராணத்தில் தசம ஸ்கந்தம் முழுவதும் கண்ணன் திருவிளையாடல் கமழ்கின்றது. மற்ற மொழிகளிலும் கண்ணனாகிய காதலன் கோபியர் களுடன் ஆடிய விளையாடல்களை வருணிக்கும் பாடல்கள் அளவிட்டு உரைக்கக் கூடியவை அல்ல.

பழங்காலத்தில் சங்கப் புலவர்கள், கண்ணபிரானை ஆயர் குலத்தார் வழிபடும் போக்கையும் அவர்கள் குரவை யாடிப் பாடும் கோலத்தையும் சொல்லியிருக்கிறார்கள். நம் காலத்தில் வாழ்ந்த பாரதியாரும் 'கண்ணன் பாட்டில்' வேறு எந்தப் புலவரும் தொடாத நிலங்களையெல்லாம் தொட்டுக் கண்ணனைச் சேவகனாகவும் மன்னனாகவும், தாயாகவும் தந்தையாகவும், சீடனாகவும் குருவாகவும், காதலியாகவும் வைத்துப் பாடியிருக்கிறார்.

நாடோடிப் பாடல்களில் கண்ணன் உலவும் இடங்கள் அவன் கோபியர்களுடன் புரியும் இன்பத் திரு விளையாடல்கள் நிறைந்த காட்சிகள் பல. ஒன்றைப் பார்ப்போம்.

கிருஷ்ணன் தங்கள் வீட்டிலே புகுந்து உறியிலுள்ள வெண்ணெயைத் திருடித் தின்றான் என்பதை ஆயர் மட மகளிர் சொல்கிறார்கள்.

ஓட்டுத் திண்ணை மேலே - கிருஷ்ணன்
உரலை வைத்தேறிச்
சட்டி வெண்ணெ யெல்லாம் பகவான்
சர்வமும் தின்றான்.

இந்தாடி வெறுஞ் சட்டி - என்று
எடுத்துக் காண்பித்தாண்டி.
உறியில் வெண்ணெய் எல்லாம் - கிருஷ்ணன்
உருட்டித் தின்று விட்டான் - பெண்களை
அதட்டித் தின்று விட்டான்.

வெறும் சட்டி போடி - என்று
வெறுமை காண்பித் தாண்டி.

உறியில் வெண்ணெய் போயிற்றே என்பதனால் கோபியர்களுக்குத் துக்கம் உண்டாகவில்லை. உண்மையில் அவர்களுக்குச் சந்தோஷந்தான். ஆனால் அந்தக் கிழட்டு மாமியார் வந்து, "எங்கே வெண்ணெய்?" என்று கேட் டால் என்ன செய்வது? கிருஷ்ணனைப் பார்த்துக் கேட்கிறார்கள்:

உறியில் வெண்ணெய் எல்லாம் - கிருஷ்ணா
உருட்டித் தின்று விட்டாய் - பெண்களை
அதட்டித் தின்று விட்டாய்!
என்னடா காரியம்? - கிருஷ்ணா
இத்தனை துடுக்கு ஏண்டா?
மாமியார் இதைக் கண்டால் - கிருஷ்ணா
மரியாதை போகு மேடா!

"அட! இதற்குத்தானா இவ்வளவு பிரமாதம்? என்னைக் கண்டால் ஏன் இவ்வளவு பயம்? எங்கே, அந்தக் கிழவியைக் காட்டுங்கள்? நானே வந்து என் விஷமத்தை அவளிடம் கொஞ்சம் காட்டுகிறேன்" என்று கண்ணன் நகைத்துக் கொண்டே சொல்கிறான்:

ஏண்டி இடைச்சிகளா - எனைக்கண்டால்
ஏண்டி பதுங்குகிறீர்கள்?
சின்னக் குழந்தை போல - நான் வருவேன்
விந்தைகளைச் செய்வேன்.
கூடியே போவோம் வாடி - மாமி
மடியைப் பிடித்திழுப்போம் - அந்தக்
கிழவி துணியைப் பிடித்திழுப்போம்!

நல்ல காரியம்! தூங்கிக் கொண்டிருக்கிற புலியை பாலுருவி விடும் செயல் அல்லவா இது?

வேறு ஒரு கூட்டத்தார் கண்ணன் மேல் வேறு ஒரு பிதமான வழக்கை எடுத்துரைக்கிறார்கள்.

தங்கக் குடங் கொண்டு - பெண்கள் எல்லாம் தண்ணீர்க்குப்
போகையிலே - பெண்கள்

ஜலத்துக்குப் போகையிலே - பெண்கள்
மடுவிற்குப் போகையிலே
தண்ணீர் மொடாவைத் தரையில்
இறக்கித் தடவி முத்தந் தந்தான்.

முத்தந்தாடி என்றான் - கிருஷ்ணன்
மூக்குத்தி கழற்றிக் கொண்டான் - பச்சைக்கல்
மூக்குத்தி கழற்றிக் கொண்டான் – ஒண்டிக்கல்
மூக்குத்தி கழற்றிக் கொண்டான் – வெள்ளைக்கல்
மூக்குத்தி கழற்றிக் கொண்டான்.

'மூக்குத்தி போனால் போகிறது' என்று இருந்து விடலாம். ஆனால் மூக்குத்தியை வாங்கித் தந்த புருஷனுக்கு என்ன வகை சொல்வது? அவர்கள் கண்ணனிடம் முறையிடுகிறார்கள்.

மட்டி மூடம் ஆச்சே - எனைக் கொண்டவன்
மாட்டி அடிப்பானே! - கிருஷ்ணா
எட்டி அடிப்பானே - கிருஷ்ணா
துரத்தி அடிப்பானே
புண்ணிய மாகப் போகுது கிருஷ்ணா
மூக்குத்தி தாடா!

இந்த மாதிரி விஷமங்களை எல்லாம் பொறுக்காமல் கோபியர்கள் யசோதையிடம் போய் முறையிட்டுக் கொள் கிறார்கள்.

அடியே பிடியே என்று கிருஷ்ணன்
துடியாகப் பேசுறாண்டி - அந்தக் கிருஷ்ணன்
துடியாகப் பேசுறாண்டி.

என்னடி யசோதை - நீ பெற்ற பிள்ளை
பேச்சுத் துடுக்குக் காரன் - ரொம்ப
ரொம்பப் பேச்சுத் துடுக்குக்காரன்.
ஊரை விட்டுக் குடிவிலகிப்
போக லாகு மோடி - நாங்கள்
போக லாகு மோடி!
திருட்டுக் கள்ளனைப் பெற்ற யசோதை
உருட்டி அழுது போடி
திருட்டுப் பாலைக் குடித்தான்
கிருஷ்ணன் மிரட்டி லீலை செய்தான்

யசோதை இதைக் கேட்டு நம்பவில்லை. "பச்சைக் குழந்தை எங்கள் கண்ணன். அவன் இத்தனை விஷமமும் செய்வதாவது! இதோ அவன் தூங்குகிறான் பாருங்கள்" என்று சொல்லுகிறாள்.

ஆறு மாசக் குழந்தை - நான்பெற்ற பிள்ளை
நகர மாட்டான் போடி - அந்தக் குழந்தை
தவழ மாட்டான் போடி.
தாயார் தனம் பிடித்துச் செவ்வையாய்
உண்ண மாட்டான் போடி.

மாயக் கள்ளி போடி - பெண்களா
மந்திர சாதி போடி!

காய்ச்சின பால் நம்ம வீட்டில் இருக்கக்
கட்டித் தயிர் நம்ம வீட்டில் இருக்க
இஷ்ட பாக்கியம் நம்ம வீட்டில் இருக்க
இங்கிதப் பால் நம்ம வீட்டில் இருக்க
இங்கிதத் தயிர் நம்ம வீட்டில் இருக்க

இங்கித மோர் நம்ம வீட்டில் இருக்க
தங்களுடைய வீட்டிலே தயிர்பால்
குடிக்கத் தவழ்ந்து வந்தா னோடி?

ஆரடி இடைச்சி என்பிள்ளை மேலே
சும்மா சொல்ல லாமோ? - அந்தக் கிருஷ்ணன் மேலே
சும்மா சொல்ல லாமோ - அந்தக் கண்ணன் மேலே
சும்மா பேச லாமோ?

இப்பவும் பால்குடித்து நான் பெற்ற பிள்ளை
ஏணையி லேபடுத்தான் - அந்தக் கிருஷ்ணன்
ஏணையி லேபடுத்தான்.
சித்திர மேடையிலே - என் குழந்தை
நித்திரை போகிறாண்டி - என் கண்ணன்
நித்திரை போகிறாண்டி.
எட்டிப் பாருங்கோடி - அந்தக் கிருஷ்ணனை
எட்டிப் பாருங்கோடி!

"இதென்னடா கூத்தாயிருக்கிறது! நாம் சொல்வ தெல்லாம் பொய்யென்றல்லவா சொல்கிறாள்? குழந்தை பால் குடித்து விட்டுத் தூங்குகிறானாம்!" என்று எண்ணிப் பார்க்கிறாள் ஒரு கோபி. தொட்டிலிலே படுத்திருக்கும் குழந்தை தன் விஷமத்தை விடவில்லை.

எட்டியே மெள்ளப் பார்த்தாள் ஓர் இடைச்சி
எட்டியே மெல்லப் பார்த்தாள்.
எட்டி மயிர்பிடித்தான் - அந்தக் கிருஷ்ணன்
எட்டி மயிர்பிடித்தான்!

“பார், பார், உன் குழந்தை இங்கும் விஷமம் செய் கிறான். மயிரைப் பிடித்திழுக்கிறானே!" என்கிறாள் இடைச்சி.

“இதென்ன அக்கிரமம்! பச்சைக் குழந்தை மயிரைப் பிடித்திழுத்தால் அது பிசகா என்ன? குழந்தையை எழுப்பி விட்டால் அவன் கை சும்மா இருக்குமா?” என்கிறாள் யசோதை.

“பின்னே நாங்கள் சொல்லுவது கட்டுக் கதையா?”

“அது என்னவோ, எனக்குத் தெரியாது. கையும் களவுமாகப் பிடித்து வந்தால் நீங்கள் சொல்கிற தண்டனையை அளிக்கிறேன்” என்கிறாள் யசோதை.

கையுங் களவு மாக - என் மகனைக்
கட்டிக் கொண்டு வாங்கோ – அந்தக் கிருஷ்ணனைக்
கட்டிக் கொண்டு வாங்கோ!
செய்கிற தண்டனை யெல்லாம் - உங்கள்
எதிராகச் செய்து முடிப்போம் வாடி! - அந்தக் கண்ணனைச்
செய்து முடிப்போம் போடி!

கண்ணனையாவது, கட்டவாவது! கோபியர்களாலும் ட்ட முடியவில்லை; கட்டும்படி சொன்ன யசோதை யாலுமே கட்ட முடியவில்லையே!

(இந்தப் பாடல்களைச் சேகரித்துத் தந்தவர் சைதாப் பேட்டை ஸ்ரீ எஸ். ஜகந்நாதன்.)

7. கண்ணன் செய்த சோதனை

1

பிராமணக் குடும்பங்களில் ம்களிர் பரம்பரையா பாடிக் கொண்டு வரும் அரிய பாடல்கள் பல உண்டு வேதாந்த பரமாகவும் புராண சம்பந்தமாகவும் உள்ள கை பாட்டுக்கள் பல இப்படி வாய்மொழியாக வந்து கொண்டே இருக்கின்றன. துரதிருஷ்டவசத்தால் இளமையிலேயே பாடல்கள் முழுவதும் மனப்பாடமாக இருக்கும். குசல கைம்மை நிலை அடைந்த பெண்டிருக்கு இத்தகையவர்கள் சரித்திரம், ஜீவ நாடகம், சாவித்திரி கதை முதலிய கதைப் பாடல்கள் தமிழ்நாட்டில் வழங்கி வருகின்றன. அவற்றில் பெரும்பாலானவற்றை ஸ்ரீமதி சகோதரி சுப்பு லக்ஷ்மி அம்மாள் அவர்கள் திருத்தமாகப் பதிப்பித்து வெளி யிட்டிருக்கிறார்கள். வரவர இந்தக் கதைப் பாடல்களைப் பாடுபவர்கள் அருகி வருகின்றனர். ஆதலின் இன்னும் அச்சில் வெளிவராமல் பிராமணக் குடும்பங்களில் உலவி வரும் பாடல்களைத் தொகுத்து அச்சுக்குக் கொண்டு வர வேண்டும். இல்லையானால் அவை இனி வரும் சந்ததிக்குப் பயன்படாமல் மறைந்து போய் விடும். இந்த வகையில் அமைந்த பாடல்களில் 'அனந்தங் காடு' என்பது ஒன்று. திருவனந்தபுரத்தில் அனந்த பத்மநாப ஸ்வாமி கோயில் கொண்டு எழுந்தருளுவதற்குக் காரண மான கதையைச் சொல்வது அது; மிகவும் அழகான வரலாறு.

ஸ்ரீவாங்கள் என்ற முனவர் விஜயநகரத்தில் இருந்து கர்மபந்தங்கள் ஒழியும் பொருட்டுத் தவம் புரிந்து

வந்தார். ஜன்ம ஜன்மத்தோறும் கண்ணபிரானைப் பூஜித்து வந்ததனால் அவருடைய தவ விரதம் சிறப்பாக அமைந்தது. அஷ்டாக்ஷர மகாமந்திர ஜபத்தைச் செய்து அஷ்டாங்க யோகம் பண்ணிப் பாலரூபக் கண்ண பிரானைத் தியானித்து வந்தார் அம்முனிவர்.

கண்களை மூடி அசைவற்று வீற்றிருந்து தவம் புரிய லானார் ஸ்ரீவாங்கள். அகத்துக்குள்ளே ஒளி மயமான பரப்பில் கண்ணபிரான் திருவுருவத்தைக் கண்டு எல்லாம் மறந்த நிட்டையிலே இன்புற வேண்டும் என்பது அவருடைய ஆர்வம். மோன நிலையில் அகத்துக்குள்ளே நாட்டம் செலுத்தி வீற்றிருந்தார்.

கண்ணபிரான் அம்முனிவரைச் சோதிக்கத் துணிந்து விட்டான். உலகை மறந்து புறத்தே தோன்றும் உயிர் களைப் புறக்கணித்து நிஷ்டை புரிவதனால் பயன் இல்லை என்று காட்ட எண்ணினானோ என்னவோ! சின்னஞ்சிறு குழந்தையாய் முனிவர் முன்போய் நின்றான்.

ஆஹா! என்ன மனமோகனமான வடிவம்!

தோன்றிய கோபாலர் வடிவைச்
சொல்லி முடியாது ஒருவராலே.
பூர்ண சந்திரன் போல்முகமும்
புண்ட ரீகமலர்க் கண்களும்
தாழ்ந்த கிண்கிணி அரைவடமும்
சதங்கை கொஞ்சிச் சலன்சலென்க
ஆன விரல்கழல் மோதிரங்கள்
ஓடிச் சிதறவே நிருத்தஞ்செய்தார்.

அந்த ஏழைத் தபஸ்வி கண்ணை விழிக்கவில்லை. அவருக்கு முன்னாலே பாலகோபாலன் இந்த ஊனக் கண்ணாலே கண்டு களித்து இன்புறும்படி வந்து நிற்கிறான். முனிவர் பார்க்கவில்லை. "உலகத்தின் காட்சியிலே கடவுள் இல்லை" என்ற திடமான எண்ணத்திலே கண்ணை மூடிக் கொண்டவராயிற்றே! கண்ணைத் திறந்தால் உலகம் ஒளியைச் சிதறச் செய்யும் என்று எண்ணினவர் போல் இறுக மூடிக் கொண்டவரல்லவா? இதோ கண்கொள்ளாப் பேரழகுடன் கண்ணன் வந்து நடனம் செய்கிறான். அவனைப் பார்க்கப் பாக்கியம் இல்லை. அவர் கண்கள் கண்ணன் அழகை ஏற்றுக் கொள்ளாமல் இமைக் கதவு அடைத்துப் பூட்டி இருந்தன!

கண்ணன் தன் திருவுருவ அழகெல்லாம் குலுங்கத் திருமேனி குலுங்க ஆடுகிறான்:

நிருத்தம் செய்கின்ற சேவைகண்டு
நித்திய பக்தர்கள் கண்குளிர
முத்து மாலையும் தோள்அசைய
முகம் சிவந்துமே வேர்த்தரும்ப
மற்றும் வார்காதும் பணிகுலுங்க
விசால நயனங்கள் சுழன்றுவர
கொத்துத் துளஸியும் வேர்க்கொழுந்தும்
குலுங்கியே நின்று பரிமளிக்க
தத்தித் தத்தி அவர்நடந்து
தங்கிச் சப்பாணி கொட்டுவாராம்!
நித்தியா னந்த ரூபர்அங்கே
நிருத்தம் ஆடத் துவக்கினாரே!

கண்ணன் அசைந்தாடுகிறான். அவன் திருமேனி ஒளி விடுகிறது. துழாய் மாலை மணம் வீசுகிறது. ஸ்ரீவாங்கள் கண்ணைத் திறக்கவில்லை. கண்ணன் சலிக்கவில்லை. பின்னும் குழந்தைத் திருவிளையாடல்களைக் காட்டத் தொடங்கினான். கனிவாயூறல் சிந்தச் சிலம்புகள் ஆர்க்கப் பாதம் சிவக்க நிருத்தம் செய்தான். அந்தச் சிலம்பொலி முனிவர் காதில் விழவில்லை. தம் முன்னாலே நிற்கும் அழகுருவத்தைப் புறக்கணித்து விட்ட அவர் அகத்துக் குள்ளே எதையோ தேடிக் கொண்டிருந்தார். இனிய நாதச் சிலம்பின் ஓசை அவர் காதில் விழுகின்றது. அதைக் கேட்கப் பாக்கியம் இல்லாமல், யோக சாதனையால் உள்ளே எழும் ஒலிகளைக் கேட்க ஏங்கிக் கிடந்தார். கண்ணனோ பின்னும் நடனம் செய்கின்றான்:

பச்சை மணியுடன் பதக்கம்தாழ
பணிகள் குலுங்கியே பளபளென்ன
அஞ்சனக் கண்ணும் வார்காதும்
அழகாய்த் திருத்திய குழற்கற்றையும்
கொஞ்சும் கனிவாயின் மழலைச்சொல்லும்
கோமள மான தளர்நடையும்
தஞ்சங் கொடுக்க வந்தபாலகன்
தட்டு மோதிரங் கையில்மின்ன
அஞ்சேல் என்றவை வெண்ணெய்சோர ஆயன்
குதித்தாடத் துவங்கினானே!

ஸ்ரீவாங்களுக்கு உண்மையிலேயே கண் இருந்தால் பார்க்கட்டும் என்ற எண்ணத்தால் கண்ணன் தன் திருமேனி முழுவதும் ஆபரணங்களைத் தரித்து வந்திருக் கிறான். சொர்ணப் பதக்கமும் கௌஸ்துபமும் மார்பில் சோதி விடுகின்றன. முத்துக் கடுக்கனும் ரத்தின

குண்டலமும் செவியில் திகழ்கின்றன. கையில் ஒத்து அசைகிறது. சித்திரக் குழல் சுருண்டசைகிறது. யசோதைகூட இத்தனை அழகோடு பாலகோபாலன் நிருத்தம் செய்வதைப் பார்த்திருக்க மாட்டாளே! அடியார்களிடத்தில் அவனுக்கு உள்ள கிருபைதான் என்ன அதிசயமானது!

அடியா ரிடத்தில் கிருபைபெருக
அடிகளிற் சந்தனப் பொடிஉதிரக்
கமலக் கைகளில் கனகவளை
களித்தாடும் போது சுழன்றுவிழ
வெளியாகி எங்கும் இருள்நீங்க
விசுவ ரூபர் எதிரில்நின்று
நெடிய திருமேனி தனைஒடுக்கி
நிருத்தம் சுவாமியும் ஆடினாரே!

இருளெல்லாம் பளீரென்று விட்டு நீங்கத் தன் திரு மேனிச் சோதியைப் பரப்பி அவன் ஆடினான். "இந்த ஒளியை நான் பாரேன்!" என்பவரைப் போல் முனிவர் தம் அகத்துக்குள்ளே வழி தெரியாமல் ஒளி தெரியாமல் பிரயாணம் செய்து கொண்டே இருக்கிறார்!

முனிவர் முன்னே நின்று ஆடிப் பார்த்தும் அவர் விழி திறவாமல் இருப்பதைக் கண்ட கண்ணனுக்குப் பின்னும் கருணை சுரந்தது.

பிறகே சென்றுஅவர் தோளைக்கட்டிப்
பின்னே ஒளித்தவர் முன்னேநிற்பர்
ஆதி மூலப்பொருள் ஆனபாலன்
அவர் மடிமேலே மிதித்தேறுவர்;

மீண்டும் அவர்மேலே சாய்ந்தாடுவர்;
சற்றே கடைக்கண்ணாற் கிருபைபொழிவார்.

என்ன செய்து பிரயோசனம் என்ன? முனிவர் குருடராக மட்டுமா இருந்தார்? செவிடராய், மூக்கு இல்லாதவராய், உணர்ச்சி அற்றவராய்க் கல்லைப் போல் இருந்தார். அவர் காதில் ஒலி விழுந்தும், "ஐயோ, உலக ஒலி என் தவத்தைக் கெடுக்கிறதே!" என்று வருந்தினார். "யாரோ குழந்தை நம் தவத்தைக் குலைக்க வந்திருக்கிறதே!" என்று எண்ணினார். கண்ணைத் திறந்தால் தவம் கெட்டு விடுமென்ற குருட்டு நினைவினால் கண்ணன் அழகுக் காட்சியைப் பாராத பாவியானார். கண்ணன் சும்மா இருக்க வில்லை.

திருமு கத்துடன் அவர்முகத்தைச்
சேரவே வைத்துத் தழுவிநிற்பர்;
திரும்பவும் மந்த ஹாசத்துடன்
தண்டெடுத்தவர் தோளில்வைப்பார்;
மணிப்பவழ வாய் நகைத்துநிற்பர்
வைத்த சிவலிங்கந் தனைஎடுப்பர்;
சரியில் லாத திருக்கையினால்
சாளக் கிராமத்தைத் தள்ளிவைப்பார்;
கருவ றுத்திடும் கமலக்கையால்
கமண்டல தீர்த்தம் கவிழ்த்திடுவார்.

இப்படிச் சகல லீலையும் காட்டியும் முனிவர் அந்தர் முக தியானபரராகவே அமர்ந்திருந்தார். 'இருபத்தொரு பிறவி என்னைக் காண்பதற்காக நீ தவம் புரிகிறாய். உன் தவத்தை மெச்சினேன். உன் தியானத்தை நிறுத்து" என்று கண்ணன் வாய் மலர்ந்தான். அந்த வார்த்தை முனிவர்

காதில் விழவில்லை. ஊர் வந்தும் வண்டியின் மேலே உள்ள ஆசையால் இறங்காத பிரயாணியைப் போல அவர் நிஷ்டை கூடியிருந்தார்.

கண்ணன் பார்த்தான். "இவர் அகத்தே ஒளி சிறிது இருப்பதனால் நம்மைப் பார்க்கவில்லை. அங்கே முழு இருளைப் பரப்பினால் கண் திறப்பார்'' என்று எண்ணி,

புத்தி கலங்கவே மாய்கைஏவி
தியான மாந்தம் தனைநீக்கி
ஆனந்த நிருத்தம் ஆடலுற்றார்.

அகத்தே அதீதப் பிரம்மத்தில் லயித்து ஆனந்தம் அடைந்த பெருமிதத்தால், எளியவனாகி வந்த கண்ணனைப் பாராமல் இருந்த முனிவருக்கு இப்போது தடை உண்டாயிற்று. கண்ணன் தன் நடனத்தை நிறுத்தவில்லை.

பாடும் கனிவாயில் அம்ருதம்சிந்தப்
பங்கஜக் கையில்திரு ஆழிமின்னச்
சூடும் வனமாலை மார்பில்தாழ
சுருண்ட மயிர்க்கீழே சுட்டிமின்ன
வாடா மலர்எங்கும் உதிர்ந்துசிந்த
வண்ணக் கிண்கிணி மருங்கிற்கொஞ்ச
தேடக் கிடைக்காத சிற்றடியால்
ஸ்ரீவாங்கள் வைத்த தீர்த்தமெல்லாம்
ஓடிக் கவிழ்த்துமே விளையாடி
ஓங்கார ரூபர் கொக்கரித்து
ஆடி அவர்வைத்த மலர்இறைத்து
ஆலிங்கனம் பண்ணி ஸ்ரீவாங்களை
மாலை சந்தனம் மல்லிகைப்பூ

மணங்கள் அவர்மேலே பரிமளிக்கப்
பாலகர் அந்த ஸ்ரீவாங்களாம்
பக்தர் மடிமேலே ஏறிநின்றார்.

பலகாலந் தவம் புரிந்து கோபியராகி வந்தவர்களுக்குக் கூட இந்த ஆலிங்கன சுகம் கிடைத்திருக்குமா? சந்தேகம் தான். கண்ணன் கருணை வழிந்து பொங்குகிறது. முனிவர் உள்ளே இருளைக் கண்டார். வெளியே கண்ணனைக் காண மாட்டாமல், "ஐயோ! உலகம்!" என்று அஞ்சினார்.

பக்தி போதிக்கும் பரமர் அப்போ
பக்தனுடைய கையைப் பிடித்தார்!

முனிவர் இப்போது தம் தவத்தைக் கெடுக்க ஓர் குழந்தை வந்து நிற்கிறதென்று எண்ணினார் போலும்! கண்ணன் நீட்டிய கருணைக் கையை அவர் பற்றிக் கொண்டாரா? இல்லை. முத்தமிட்டாரா? இல்லை.

பித்தங்கொண் டாற்போல் ஸ்ரீவாங்களும்
புறங்கையால் தள்ளிப் புறக்கணித்தார்!

அட பாவி! செந்தாமரைத் திருக்கரத்தை முத்தமிட்டுக் கண்ணில் ஒத்திக் கொள்ள வேண்டாமோ? மலரெடுத்துப் பூஜிக்க வேண்டாமோ! கண்ணீரால் அபிஷேகம் செய்ய வேண்டாமோ! நாம் உலகை வெறுத்து உலகப் பொருளைப் பாராமல் கண்ணை மூடித் தவம் செய்கிறோம். புத்தியிலே சிறந்த ஞானி நாம். புத்தியறியாத குழந்தை தவத்தைக் கலைக்கிறது. புனிதமாகிய தீர்த்தத்தைக் கொட்டுகிறது. பூஜா விக்கிரகத்தைத் தொடுகிறது. எச்சில் அறியாத கையால் தூய்மையைக் கெடுக்கிறது' என்று அகங்கார

முனைப்பினால் எண்ணினார். ஜன்ம ஜன்மாந்தரங்களாக யோகத்தாலும் விரதத்தாலும் தவத்தாலும் எந்த மலரடி களை அவர் தேடிக் கொண்டிருக்கிறாரோ, அந்தத் திருவடி களே தம்முடைய கமண்டலத்தை உருட்டி உதைத்து, மாயச் சடலத்தையும் உதைக்க வந்திருக்கிறது என்ற உண்மையை உணரவில்லை. தன்னுடைய ஸ்பரிசத்தால் அழுக்கைப் போக்கி நிர்மலமான ஆனந்தத்தை அருளும் பாலகோபாலன் வந்திருக்கிறான் என்று தெரிந்து கொள்ளவில்லை. ஐயோ பாவம்!

நித்தியர் என்று அறியாமல்
நின்ற சிறுவரைக் கடிந்துரைப்பார்;
புத்தி அறியாத பாலகனேநான்
போற்றும் நாதனைத் தொடுவாயோ?
எச்சில் அறியாத கண்மணியே!
இங்ஙனே செய்தால்நான் என்செய்குவேன்?

சாந்த குணம் உடையவராகையால் குழந்தையை அடிக்கவில்லை. வையவில்லை. அதனால் என்ன? ஊன் உடம்போடு வந்த குழந்தையாக எண்ணினாரே ஒழிய ஊன் உடம்பை ஒழிக்க வந்த ஒளி உருவம் என்று நினைக் வில்லை. குழந்தைக்குப் பழம் தருவதாக ஆசை காட்ட ஒத்தி விளையாடும்படியாகச் சொல்லுகிறார்.

ஒத்தி விளையாடி நின்றாயானால்
உச்சித மான பழந்தருவேன்.

என்ன பேதைமை! கண்ணன் பொறுமையை இழந்தான். 'நான் குழந்தை உருவத்தோடு வந்தேன்; இவன் பார்க்கவில்லை. துளஸி மாலை மணம் நாற நின்றேன், இவன் கவனிக்கவில்லை. சிலம்பொலி இன்னிசை தர

நடனம் செய்தேன்; இவன் கண்ணைத் திறக்கவில்லை. இவனைத் தழுவினேன்; இவன் உணரவில்லை. கையைப் பற்றினேன்; வேண்டாம் என்று புறங்கையால் தள்ளினான். இவனுக்கு அருகில் வந்து அருள் செய்ய வந்தேன். ஒத்திப் போ என்கிறான். ஆம்! இவனுக்குப் பாக்கியம் இல்லை. நாம் ஒத்திப் போக வேண்டுமாம்! சரி, அப்படியே செய்வோம்' என்று திருவுள்ளத்தே எண்ணினான்.

திடீரென்று மறைந்தான். ஸ்ரீவாங்கள் காதில் இடி ஓசை போல ஓர் ஒலி கேட்டது.

நீர் சுத்த முடன்வைத்துப் பஜனைபண்ணும்;
நான் தொடுவதில்லை உம்ம சிவலிங்கத்தைத்;
எத்தனையோ காலம் வருந்தீனீரே!
இங்கே வந்து நான் லீலை செய்ய
ஒத்தி இருஎன்ற ஸ்ரீ வாங்களே
உம்முட வார்த்தையை மறவேன்நான்.

'மகா முனிவரே, நீர் குசாலாய்ப் பூஜை பண்ணும், தவம் புரியும். சுத்தமுடன் சிவலிங்கத்தை விடாமல் பூஜை பண்ணும். நான் இனி அதைத் தொட மாட்டேன். ஒத்தி இரு என்று சொன்னீரே; அந்த வார்த்தையை நான் என்றும் மறக்க மாட்டேன்!'

கண்ணன் ஆத்திரத்தில் சொல்லி விட்டான். ஆனாலும் கருணை வள்ளல் அல்லவா? "உனக்கு உண்மையில் தீவிரமான பக்தி உண்டானால் பின்னே வருவோம். திரு வனந்தபுரத்தில் தரிசனம் தருவோம்!" என்று சிறு நம்பிக்கை வார்த்தையையும் அருளினான்.

மத்த ராகிய மனசுள்ளோரே
மலையாளந் தன்னில் அனந்தங்காட்டில்
பக்தி அறிந்து பின்னேவருவோம்,
பார்க்கலாம் என்று பரமன்சொல்லிச்
சற்றே தம்முடைய சாயல்காட்டிச்
சந்திரன் வந்து மறைந்தாற்போல்
வித்தை காட்டிய பேர்களைப்போல்
மின்னல் மின்னி மறைந்தாற்போல்
அத்தன் கோபால கிருஷ்ணராயன்
அந்தர்த் தானம்ஆகி அகலநின்றார்.

கண்ணன் உள் ஒளியும் புற ஒளியும் கரந்து மறைந்தான்.

2

மனிதன், ஒரு பொருள் அருகில் இருக்கும் வரையில் அதன் பெருமையை உணர்வதில்லை. அது கை நழுவி விட்டாலும், கிட்டாத நிலையை அடைந்தாலும் அதன் மதிப்பு அவனுக்குத் தெரிய வருகிறது. பிறகு அழுகிறான்; விழுகிறான்; தன்னையே நொந்து கொள்கிறான். ஸ்ரீவாங்க முனிவரும் மனிதரல்லவா?

கண்ணன் மறைந்தான்; உள்ளொளியும் மறைந்தது; புறத்து வெறு வெளிதான் மிஞ்சியது. முனிவர் திடுக்கிட்டுக் கண் விழித்தார். குழந்தையைக் காணவில்லை. கண்ணல் கூறிச் சென்ற வார்த்தைகள் இன்னும் அவர் காதில் ஒலித்துக் கொண்டே இருந்தன. “என்ன இது! கண்ணனையா நாம் புறக்கணித்தோம்! கண்ணனா குழந்தையாக வந்தான்!!” கண்ணைத் துடைத்து விழித்துப் பார்த்தார்.

சிதறியே அங்குப் பூமலரும்
ஸ்ரீ துளசிவன மாலைகளும்
உதறிய பூஜா திரவியமும்
உந்நத மானசிற் றடியழகும்
பெருமான் வடிவமும் காணாமல்
பெருமூச் செறிந்து பிரமித்துநின்றார்.

'அடடா! மகா பாவியாகி விட்டேனே! என் அருகே கண்ணன் வந்தான்; நான் பிணமாக இருந்தேனே! என் அருகே கண்ணன் அழகு சொட்ட ஆடினான்; நான் குருடாகிக் கிடந்தேனே! . என் பக்கத்தில் கண்ணன் அணுகி வந்தான்; மகாபாவியாகிய நான் விலகி நின்றேனே! என்னை அணைத்துக் கொள் என்று இரு கை நீட்டிக் கருணை வெள்ளஞ் சொரிந்தான்; நான் புறங்கையால் ஒதுக்கி விலக்கினேனே!... ஐயோ! கண்ணா! எனக்கு இனி ஒருகால் உன் அழகைக் காட்டாயோ! நீ எங்கே மறைந்தாய்? நான் உன்னை உள்ளே தேடுவதாக அல்லவோ அகங்காரம் நிறைந்து நின்றேன்? இனிமேல் உன்னை வெளியிலே தேடினால் ஒழிய என் கண் குளிராது. ஒரு கணமும் சும்மா இருக்க மாட்டேன். கண்ணா! எனக்கு உன் அழகைக் காட்டாயா!" - புலம்புகிறார்; அழுது விழுந்து துடிக்கிறார்.

எல்லாவற்றையும் சுருட்டி எடுத்துக் கொண்டு கண்ணனைத் தேடிப் புறப்பட்டு விட்டார். அகண்டப் பிரபஞ்சத்தையும் சுற்றிக் கண்ணனைத் தேடத் துணிந்து விட்டார். கண்ணீர் தாரை தாரையாக ஓடத் தண்டு கமண்டலம், சாளக்கிராமம், சிவலிங்கம் எல்லாவற்றையும் மூட்டையாகக் கட்டித் தோளில் போட்டுக் கொண்டார்.

பகலவன் தோன்றி மறைந்தாற்போல்
பந்து ஜனங்களைப் பிரிந்தாற்போல்
கண்மணி போன பேர்களைப்போல்
கன்றை இழந்த பசுக்களைப்போல்
மாட மாணிக்கம் போனவர்கள்
மனஸ்தா பத்துடன் தேடுதல்போல்
செம்பொன் திரவியம் இழந்தபேர்கள்
சோகத்துடன் கூடத் தேடுதல்போல்
பொன்னு மணிபூஷ ணங்கள்போனால்
பிரமித்து மானிடர் திகைப்பதுபோல்
அன்னை தந்தை தமைப்பிரிந்து
அறியா மதலைகள் அழுவதைப்போல்
கொஞ்சுங் கிளிகளும் அன்னங்களும்
கூடி இனங்களைப் பிரிந்தாற்போல்
அவர்-ஒன்றும் தெரியாது தாம்உருகி
ஓங்காரப் பொருளைத் தேடலுற்றார்.

தேடிப் போனார். கண்ணன் இளந்திரு உருவத்தை நாடி நைந்து கால் போன போக்கிலே நடந்தார். அவன் தம் முன்னே வந்த பொழுது புறக்கணித்தாரே, அந்தக் கோலத்தை நினைத்துப் பார்க்கிறார்.

தளர்நடையுடன் தாளடிகளும்
தாமரை இதழ்போல் தயனமும்
இளமை யானதிரு மேனியுடன்
எதிர்இல் லாத கபோலஸ்தலமும்
குறுகிப் பிரிந்த குங்குமத் தோளும்
குணுக்கசைக் கின்ற பாவனையும்
அழகொழு கும்திரு மார்புதனில்

அணிந்த துளசி மாலைகளும்
புலி நகத்துடன் பூஷணங்களும்
பொன்னும் மாலையும் பதக்கமும்
விலையில் லாதசிறு கைத் தலத்தில்
வெண்ணெயும் பரமான்னமும்
வடிவு இந்தப் படிக்கேஎன்முன்
வந்த பால முகுந்தனே!
என்-இடர்கள் தீரவே மழலைச்
சொல்லுடன் இன்னம் ஒருகால்
தோன்றிநில்லும்;
கிண்கிணி கொஞ்சச் சதங்கைகுலுங்கவே
கிருபை யுடனே திகுக்கூத்தாடும்!
என்-செம்பொன்னே முத்தே இந்திர நீலமே!
இன்னம் ஒருகால் தோன்றிநில்லும்!
கண்ணன் செய்த சோதனை
கந்தம் புனுகு வாசனையுடன்
கீற்று நாமமும் துலங்கவே
இந்த வனத்திலே என்கண் குளிரவே
இன்னம் ஒருகால் தோன்றிநில்லும்!
குண்டலம் காறை கனகச் சேவடி
கெட்டிமுத் துப்பொன் காறை தாழவே
ஏங்காமல் இந்த அடியான்முன்னே
இறைவ னேவந்து தோன்றி நில்லும்!

கண் முன்னாலே திவ்ய தரிசனம் தந்து நின்ற போது பாராதவர், இப்போது அணு அணுவாக அங்கம் அங்க மாக ஒவ்வோர் ஆபரணமாக எண்ணி எண்ணிப் பார்த்து உருகுகிறார். "மார்பில் கண்ணபிரானுக்கு மதாணியிருக்குமே! திருமுடியில் அழகிய கொண்டை

இருக்குமே! திருமகுடம் துலங்குமே!... கண்ணா, என் கலக்கந் தீர அந்தத் திருமேனியை இன்னும் ஒருகால் காட்டாயா! தொங்கும் சுட்டியும் பொன்னும் பூவும் சுருண்ட மயிர்க் கற்றையும் விளங்கா நிற்க, இந்த ஏழைக்கு முன் மீண்டும் வந்தருள மாட்டாயோ! அப்பொழுது கனிவாயில் அமுதம் சிந்த அஞ்சனக் கண்ணைப் பிசைந்து அழுது சிவ பூஜையில் வந்து நின்றாயே; அந்தக் கோலத்தோடு இன்னும் ஒரு தரம் வந்து என் புல்லிய கண் காண நிற்கக் கூடாதா?"

மதம தென்னவே தயிர்த்திவலைகள்
வந்து மேனியில் தெறிக்கவே
தாழியின் பக்கத்தில் தாமரைக்
கையேந்தும் சாமியே என்முன் தோன்றி நில்லு!

பாகவதத்தைப் படித்துப் பால கோபாலன் லீலைகளிலே ஆழ்ந்து போனவர் அம்முனிவர். 'யசோதை யிடத்திலும் கோபிமாரிடத்திலும் கொஞ்சிக் கொஞ்சிப் பேசி வெண்ணெய் தா என்று விளையாடிய பெருமான் அல்லவா அவன்? அந்தக் கோலத்தோடே வந்தானே! நான் பார்க்கவில்லையே!" என்று அங்கலாய்த்தார்.

அந்தப் பிரதாபமும் ஆண்டவன் சேவையும்
அங்கம் குளிரநான் காண்பேனோ!
இந்தப் பிரபஞ்சமும் ஈரேழுலோகமும்
எதிரில்லாத ஞானப் பொருள்வந்து
தொந்தோ மென்றாட இன்னம்ஒருதரம்
ஸ்ரீ கிருஷ்ணா உன்னைக் காண்பேனோ!

கண்ணைத் திறவாமல், வாய் பேசாமல், இருந்த இடம் செல் அரிக்கத் தவம் புரிந்த முனிவர் கண்ணை அகல

விழித்துத் திசை திசைதோறும் பார்க்கிறார்: "கண்ணன் வரமாட்டானா" என்ற ஆசையினால் திசையெல்லாம் அளக்கிறார். வாய் விட்டுக் கதறி அழுகிறார். வேகமாக ஓடுகிறார்; நிற்கிறார்.

கண்ணன் அவருக்கு முன்னே செல்கிறான். ஆனால் தன் உருவத்தைக் காட்டவில்லை. சலன் சலன் என்று அவனது பொற்சலங்கை ஓசையிடுகிறது. அந்த ஓசையையே தாரகமாகப் பற்றிக் கொண்டு முனிவர் நடக்கிறார். "இந்த ஓசை மட்டும் கேட்கிறதே; என்னிடம் இப்படி வா என்று ஒரு வார்த்தை சொல்லி நடக்க மாட்டாயா கண்ணா? தோன்றி நிற்க மாட்டாயா கிருஷ்ணா?" என்று மறுகுகிறார். மறுகிக் கொண்டே தென் மலையாளப் பிரதேசத்துக்கு வந்து விட்டார்.

"இன்னும் எத்தனை தூரம் போவது! நான் நடப்பது பெரிதல்லவே! பாலகோபாலன் இத்தனை தூரம் வழி நடக்கிறானே; அவன் மெல்லிய பாதம் மெத்தச் சிவக்குமே! என் பொருட்டல்லவா கண்ணன் இப்படிக் காடும் மலையும் கடந்து போகிறான்? அடியார்க்கு எளியவன் என்பதை அறியாமல் அவனை அசட்டை செய்து அப சாரம் செய்தேனே! கண்ணா! நான் தெரியாமல் விதி வசத் தால் ஒரு பிழை செய்து விட்டேன். அந்தப் பிழையைப் பொறுத்து அருள் புரிய மாட்டாயா?"

கொடூர மான சிம்மங் கரடிகள்
குழந்தை களிடந்தம் கோபம்காட்டுமோ?
ஈன்ற பசுமேல் இளங்கன்று பாய்ந்தால்
எதிர்த் தடிக்குமோ ஏழைபங் காளி?

என்று பிரலாபித்தார். கண்ணுக்கு எட்டின திசைகளிலெல்லாம் பார்த்தாலும் அவனைக் காணவில்லை. அருகில் உள்ள மரங்களைப் பார்த்தார். அந்த மரங்களினூடே அல்லவா கண்ணன் நுழைந்து செல்கிறான்? அவைகளுக்கு அவன் போனது தெரிந்திருக்குமே! கேட்கிறார்.

சுற்றிலும் உள்ள பூமரங்களா!
சுந்தர மூர்த்திரூபம் கண்டீரோ?
பட்சி ராஜன்மேல் பாவ நாசனைப்
பச்சை மேனியின் பவனி கண்டீரோ?
பச்சைத் துளசியும் பிச்சிமாலையும்
பட்டுக் குல்லாயும் அங்கியும்தாழ
மற்றும் உள்ளதோர் பாலசோபையும்
வலது கரத்தில் மகரக்குழலும்
கொத்துக் கருங்குழல் கோலமேனியன்
கோமள ரூபன் வந்தாரோ சொல்லாய்.
வந்தாரோ சொல்லாய் வனத்து வாசிகாள்!
என்-மனத்திற் குடிகொண்ட பாலர்வந் தாரோ?

"உங்களிடம் என் குறையைச் சொன்னாரோ? நான் செய்த அபசாரத்தைச் சொன்னாரோ? நான் அந்தக் கருணா மூர்த்தியைப் புறக்கணித்தேனே!"

ஓங்கி அதட்டி நின்றவென் முன்னே
தோன்றுவ தில்லை என்றொளித் தாரோ?
இந்த வனத்தின் மான்கலைகளா!
என்னை ஆண்டவர் இங்கேவந்தாரோ?
எந்தத் திக்கிலே போய்மறைந்தாரோ?
என்குல தெய்வம் இங்கேகண்டீரோ?

காதற் கிளிகாள்! கரைமைனாவே!
சாலை மரத்தின் சோலைக் குயில்காள்!
பூக்கள் பொன்மணி சிந்தி இங்கனே
பூர்ண ஸ்வரூபர் வந்தாரோ சொல்வீர்.
வந்தாரோ சொல்லும் பால முகுந்தன்.
செந்தா மரையின் வண்டினங்களா!
மந்தார மாலை மாரில் அசைய
மாணிக்கச் சுட்டி நெற்றியில் மின்ன
செம்பவழவாய் அதரச் சோபையும்
சற்றே உம்முட சாயலுங் காட்டி
பிருந்தா வனத்தின் வேணு கானனே,
வேத நாயகா மெல்லியர் தோழா,
கொஞ்சுங் கனிவாயின் கோல
மழலைச்சொல்
என்-கோமள ரூபா கோபால கிருஷ்ணா,
அஞ்சினேன் ஹரி, அஞ்சினேன் ஹரி!
ஆதி மூலமேஎன் சஞ்சலந் தீரும்.

"ஐயோ! நான் இனிமேல் கோடி ஜன்மம் தவம் செய்தாலும் அந்த அழகிய கோலத்தைக் காண்பேனா? கருணை பொழியும் மலர் விழிகளைக் காண்பேனா!... கண்ணா! உன் கோபத்தை நான் அறியாமல் இருந்து விட்டேனே! முன் போலவே குழந்தை உருவத்தோடு வந்து நில். நான் செய்த பிழைகளைப் பொறுத்து எனக்குத் தரிசனம் அளித்தருள்."

கண்ணன் பெருமையை அவர் நினைத்துப் பார்க்கிறார். துஷ்ட நிக்கிரக சிஷ்ட பரிபாலனம் செய்வதற்காக அவன் என்ன என்ன திரு அவதாரம் எடுத்திருக்கிறான்! தசாவ

தாரங்கள் அவனுடைய கருணைக்கு அடையாளமாக இருக்கின்றனவே! ஒவ்வோர் அவதாரமாக முனிவர் தம் அகக் கண்ணில் பார்த்து உருகுகிறார். கிருஷ்ணாவ தாரத்திலே அவர் நெஞ்சு மயங்கி அமிழ்ந்து ஈடுபடுகிறது.

வந்து தேவர்கள் முறையிடவே
வஸுதே வருக்கு மைந்தராகி
நந்த கோபர் குமாரனுமாய் நல்ல
ஆயர் பாடியில்வளர்ந்து பங்கயத்
தோழர் மனமகிழப் பசுமறித் தங்கே
விளையாடிச் செங்கையிற் றான்சிறு
கோலேந்திச் செம்பொன் வேணுவும்
தோளில்சாத்தி எங்கும் நிறைந்ததோர் தோழருடன்
யமுனைக் கரையிலே நின்றகோலமாய்
இன்னம் ஒருகால் என்கண்குளிர
மீண்டும் முன்வந்து தோன்றிநில்லும்.

ஆதாரமாகி அனைத்துயிர்க்கும் சாட்சியாய் நிற்கும் பரம்பொருள் கண்ணபிரான் என்பதை உணர்ந்தவர் தெளியக் காட்டும் தீபமாக இருப்பவன். நீயே மறைந் முனிவர். “அப்பனே! நீ மறைந்த பொருளையெல்லாம் தால் எந்தப் பொருளை நான் காண முடியும்?" என்று உருகுகிறார்.

ஆதாரம் ஆகி
அனைத்துயிர்க்கும் சாக்ஷியுமாய்
மாதவமாம் தீபம்
மறைந்தொளித்தால் எப்படியோ!
பழுதையைப் பாம்பென்று
பயந்த மனிதருக்குத்

துணைவிளக்காய் நின்றுமல்லோ
சோகந் தணிப்பதுவும்?
இனியிரக்க மன்றியிலே
இப்படிநீ போய்மறைந்தால்
கடுவழியைக் காண்பதற்குக்
காரணரே நான்அறியேன்!

அபலையாகிய துரோபதைக்கு அருள் செய்த அவன் பெருங்கருணை நினைவுக்கு வருகிறது.

மனத்தின் அழுக்காலும்
மாய்கை மறைப்பாலும்
அறிவிழந்தேன் ஐயாவே!
அண்டமெல்லாம் உண்டவரே!
அண்டம் அளந்துபின்
அப்பாலும் தான்வளர்ந்த
திண்டோள் மணிமகுடம்
துலங்கஇங்கே வாரும்ஐயா!
அலையாதே என்று
அபயஸ்தம் தான்கொடுத்து
ஹிருதயத் துரோபதைபோல்
ஈடேற்ற வேணுமையா!
நம்பின பேரை
நடுக்கடலில் தள்ளுவரோ?
தர்மமாய் வந்துதித்த
சாந்தகுண மூர்த்தியன்றோ?

செய்த தவறுகளை நினைந்து நினைந்து உருகினால் பாவம் தீரும் என்று நினைக்கிறார். "அப்பனே! நிர்மலப்

பிரபோ! நான் நினைவழிந்து சில வார்த்தைகளைச் சொல்லி விட்டேன். உன்னைக் காண வேண்டுமென்று பல காலம் பூஜை செய்தேன். அணுவளவு தவறிப் போனேன். நீ எங்கும் நிறைந்திருப்பவன். நீ இல்லாத இடம் இல்லை. அப்படி இருந்தும் எனக்கு ஒளித்து நிற்கிறாயே! இது தர்மமா?"

பொன்னின் ஒளிபோலும்
பூவின் மணம்போலும்
எள்ளுக்குள் எண்ணெயைப்போல்
எங்கிலுமாய் நிற்போனே!
திருவும் அமுதமுமாய்
மறுகரைஇல் லாததுவுமாய்
பெருகின தீயாகிப்
பேதமற்ற வஸ்துவுமாய்
அரிய மறைப்பொருளாய்
ஆத்மஸ்வ ரூபமுமாய் முக்குணமாய்
நிர்மலமாய்
முக்திப் பிரகாசருமாய்
இந்திரிய தேவதையாய்
ஹிருதயத்தின் மூர்த்தியுமாய்
ஐந்துமுதற் சேதனர்க்கும்
ஜீவாத்மா ஆகிநின்றீர்.
ஏழை அடியேன்
இருந்து புலம்புகிறேன்;
பால முகுந்தா
பக்ஷமுடன் ரக்ஷிஐயா!
முன்பே சிவப்பு
முகுந்தனே உன்பாதம்;

இன்னும் கடுஞ்சிவப்பாய்
இத்தனைதூ ரம்நடந்தீர்!

ஸ்ரீவாங்க முனிவரின் ஓலத்தைக் காட்டிலுள்ள விலங் , கள் கேட்டன; மரங்கள் கேட்டன; மலைகள் கேட்டன. அவருடைய துயரத்தைக் கண்டால் கல்லும் கரையும்; பேயும் மனமிரங்கும். கண்ணன் இரங்கவில்லை.

சந்நியாச யோகம்
தவறியே போய்விழுந்தால்
பின்னே எனக்குப்
பிழைப்புண்டோ மாதவரே?
என்னபிழை செய்தாலும்
என்றனைநீர் காத்தருளும்
பொன்னே கிருபையுடனே
பூர்ணதயை செய்யுமையா!

என்று அவர் கதறும் கதறலைக் கண்ணன் கேளாமலா இருப்பான்? கேட்டும் அவன் இரங்கவில்லை. தன் குழந்தைத் திருவடிவத்தைப் புறங்கையாலே. மறித்து ஒதுக்கிப் போக்கின துணிவு அந்தக் கல் நெஞ்சிலிருந்து தானே உண்டாயிற்று? அது நைந்து புலம்பி வெதும்பிக் குமைந்து கரைந்து போக வேண்டுமென்பது அவன் திருவுள்ளம் போலும்! முனிவர் மெழுகாய் நெகிழ்ந்து நீராயுருகி நெட்டுயிர்த்து நாடி ஓடித் தேடிச் செல்கிறார்.

3

கண்ணன் திருமேனி அழகை நினைந்து நினைந்து புலம்பிக் கால் போன வழியே சென்று கொண்டிருந்தார் ஸ்ரீவாங்கள் முனிவர். அவர் காதில் சிலம்பொலி

மாத்திரம் ஒலித்துக் கொண்டிருந்தது. “அப்பனே, உலகத்துக்கெல்லாம் தனி உயிராக நிறைந்திலங்கும் உன்னை மறந்தால் உலக மெல்லாம் கலங்காதோ? என் உயிர் இனி நில்லாது. உன்னுடைய தரிசனம் கிடைக்காவிடில் உயிரைப் போக்கிக் கொள்ள வேண்டியதுதான்'' என்று கதறினார்.

அவருடைய துயரம் கண்ணபிரானை உருக்கியது. “இனி இவரை அலைக்கழிக்கக் கூடாது'' என்று நினைத்தான் போலும்! முனிவர் சென்று கொண்டிருந்தது ஒரு பெருங்காடு. இன்ன இடத்தில் இருக்கிறோம் என்பது அவருக்குத் தெரியாது. “அனந்தங்காட்டில் தரிசனம் தருவேன்'' என்று இறைவன் அருளியதை அவர் மறக்க வில்லை. அனந்தங்காடு எங்கே இருக்கிறது? - அவர் அதை அறியார்.

இந்த நிலையில் அவர் தட்டுத் தடுமாறி நடந்து கொண்டிருக்கையில் அங்கே வயல்கள் பரந்திருந்த ஒரு நிலப்பரப்பை அடைந்தார். அப்பொழுதுதான் நெற்பயிர் முளையிட்டு வளர்ந்திருந்தது. களையெடுக்கும் சமயம், அங்கே பள்ளரும் பள்ளியரும் சேர்ந்து களை பறித்துக் கொண்டிருந்தார்கள். அந்தக் கூட்டத்தில் ஒரு பள்ளி தன் குழந்தையை மேட்டிலே விட்டு விட்டுக் களை பறிக்க வயலுக்குள்ளே அடியெடுத்து வைத்தாள். அது அழுகையை நிறுத்தவில்லை. அவளுக்கோ கோபம் பொங்கி வந்தது. "இந்தா! ஒரு வேலையும் செய்ய ஒட்டாமல் இப்படி அழுதாயானால் உன்னை நான் இந்த அனந்தங் காட்டில் தூக்கி வீசி எறிந்து விடுவேன்'' என்று சீற்றத்தோடு கூறினாள்.

அந்த வார்த்தையைக் கேட்டுக் குழந்தை அழுகையை நிறுத்திற்று. கண்ணபிரான் புன்னகை பூத்தான். முனிவர்

உண்மையை உணரும் காலம் கிட்டி விட்டது. அவர் காதில் அனந்தங்காடு என்ற சொல் அமுதம் போல் விழுந் தது.

"அம்மா, அனந்தங்காடு என்றாயே! அது எங்கே அம்மா இருக்கிறது?" என்று ஆவலோடு அவர் பள்ளியைக் கேட்டார். அவருடைய குரலிலே எத்தனை ஏக்கம் இருந்தது!

"இதோ இரண்டு மூன்று வயல்களைத் தாண்டிச் சென்றால் அனந்தங்காடு இருக்கிறது" என்று சொல்லி வேறு அடையாளங்களையும் பள்ளி தெரிவித்தாள்.

முனிவர் வேகமாகச் சென்றார். கண்ணபிரானது சிலம்போசை அவருக்கு வழி காட்டியது. அனந்தங்காடு வந்தவுடன் அப்பெருமான் அங்கு நின்ற ஒரு பெரிய இருப்பை மரத்தடியில் மறைந்து போனான். அதுகாறும் கேட்டு வந்த கொத்துச் சதங்கையின் ஒலி முனிவர் காதில் விழவில்லை. கிண்கிணியின் அரவம் கேட்கவில்லை. 'வாதாடி வந்த திரு நடையும் வண்ணக் கிண்கிணி ஓசை களும், ஆதாளி அரவமும் கேட்காமல்' முனிவர் நடுங்கினார். 'அனந்தங்காடு வந்தால் நம் கலி தீருமென்று நினைத்தோமே! இங்கே வந்த பிறகு உள்ளதையும் இழந் தோமே! காதிலே கேட்டு வந்த செஞ் சிலம்போசையும் நின்று விட்டதே!' என்று தவித்தார்; "கண்ணா நீ மறைந்து விட்டாயே! இது என்ன மாயம்?" என்று கதறினார். 'என் கண்ணன் மறைந்த இடம் இதுதான். இங்கேதான் அவனைத் தேடிப் பார்க்க வேண்டும்' என்று எண்ணிச் சுற்று முற்றும் பார்த்தார்.

என்ன ஆச்சரியம்! அங்கே நின்றிருந்த பிரம்மாண்டமான இருப்பை மரம் படபடவென்று கீழே சாய்ந்தது.

அதைப் பார்த்தால் சாமானியமான மரமாகத் தோற்ற வில்லை.

அது ஏதோ தெய்வப் பரிமளம் வீசி நின்றது; தெய்வ தத்துவத்தைப் புலப்படுத்தி நின்றது.

சாந்தும் புனுகும் சந்தனமும்
சாதி புஷ்பங்கள் பரிமளிக்க மோதி
ஆகாசம் மட்டும் உயர்ந்து
மிகுந்த கிளையுடன் விழுதுவிட்டு
சாங்கிய சாஸ்திரம் வேராகித்
தருமங்கள் எல்லாம் இலையாகி
ஓதும் வேதங்கள் பூவாகி
உற்ற கல்பங்கள் காயாகி நாலு
வேதப் பழத்தைக் கொண்டு
நான்முகன் என்னும் கிளிமோப்ப
ஹேது இல்லாமல் அத்திசையில்
இடிமு ழக்கம்போல் ஓசையிட ஆதி
காலத்து இலுப்பை மரம்
அனந்தங் காட்டிலே விழுந்த தப்போ.

'இதென்ன அதிசயமாக இருக்கிறதே! இதுகாறும் காணாத காட்சியாகத் தோற்றுகிறதே! வண்ணங் குலுங்கக் குழந்தையாக வந்த கண்ணனே இந்தத் திருக்கோலம் பூண்டானோ? சின்னஞ் சிறிய உருவத்தை அவமதித்த எனக்குப் பெரிய உருவத்தைக் காட்டத் திருவுள்ளம் பூண் டானோ?" என்று எண்ணி உருகி அருகிலே சென்று

பார்த்தார் முனிவர். அவர் தம் கண்ணையே நம்ப முடியவில்லை. உடம்பில் புளகம் போர்த்தது. பகவான் பெரிய வடிவு கொண்டு சயனித்த திருக்கோலத்தோடு அவருக்குக் காட்சி அளித்தான். அந்த அருட் பெரு வடிவத்தைப் பார்க்க முனிவருடைய இரு கண்கள் போதுமா?

சிந்தை குளிரஇந்தத்
தெரிசனைநான் காணஎன்றால்
இந்திரனைப் போல்நயனம்
என்றனக்குத் தந்திலையே!
தந்திலையே யசோதைமைந்தா
தாமரைபோல் ஆயிரங்கண்!
இந்தத் தரிசனைக்கு
இரண்டுகண்கள் போதாவே!

என்று பார்த்துப் பார்த்து வியப்பிலே ஆழ்ந்தார். பத்மநாபன் கிடந்த திருக்கோலம் பார்க்கப் பார்க்கக் கண்ணைப் பறிக்கிறது.

தேவர் முனிவர்கள் சித்தர்களும்
திக்குப் பாலகரும் கின்னரரும்
ஆதி நாதர் திருமுடிக்கு
அன்புடன் புஷ்ப மாரிசொரியச் சோதிச் சுடரொளி
போல்விளங்கும்
சுந்தரத்திரு மேனி மின்னப் பிரகாசிக்கும் முக மண்டலமும்
பச்சை மேனியும் பளபளென்ன
நாதன் இடையில் பீதாம்பரமும்
நவரத்ன அரைஞாணும் சோதிவிட
என் அரைச் சதங்கையும் ஒளியழகும்

ஹாரம் மணிமுத்து மாலைகளும் ஆலந் தளிரொத்த
திருவயிறும்
அமைந்த அங்கியும் பின்னழகும் பார மரகத
மணிமுடிமேல்
பத்ம நாபன் கிரீடம்மின்ன அஞ்சு படத்தாலே
அனந்தர்வந்து
ஆதி நாதர்க்குக் குடைபிடிக்கக் கஞ்ச மலரொத்த
பாதசேவை
கண்குளிரவே கண்டுகந்தார்.

கண் குளிரக் கண்டு உள்ளம் உருக ஆனந்தப் பரிதராக நின்றார் முனிவர். எம்பெருமானைக் காண வேண்டு மென்று அவர் பட்ட துன்பத்துக்கு எல்லை உண்டா? கண்ணன் அவரைச் சோதனை செய்தான். அப்பொழுதெல் லாம் அவர் உள்ளம் வாடி உயிர் வாடி இருந்தார். இப் பொழுது?

பனிபோய் இருள்நீங்கிப் பாஸ்கரனும்
பாருலகில் வந்து உதித்தாப்போல்
ஓடைக் கமலங்கள் ஒருநொடியில்
உள்ளங் குளிர்ந்தங்கே மலர்ந்தாப்போல்
வாடும் பயிருக்கு மழைபொழிந்து
மனோகர மாகக் குளிர்ந்தாப்போல்
தேடும் பூமியில் திரவியங்கள்
தெரித்திரன் கையில் கிடைத்தாப்போல்
அஞ்சனக் காரன் வெகுதனத்தை
ஆரும் அறியாமல் எடுத்தாப்போல்
கண்ணன் செய்த சோதனை
தஞ்சமென் றங்கே எடுத்தணைக்கும்

தாயைக் குழந்தைகள் கண்டாப்போல் கொஞ்சும்
கிளிகளும் அன்னங்களும்
கூடிஇனங்களைச் சேர்ந்தாப்போல்

அவர் ஆனந்தம் அடைந்தார். கை குவித்தார்; விழுந்தார்; புரண்டார்; அழுதார்; தொழுதார்; உருகினார்; மறுகினார்; "அப்பனே! உன் கருணையை எவ்வாறு பாராட்டுவேன்! ஹரி என்ற துணை காணாமல் பக்தன் அலைகிறான் என்ற கிருபையுடனே இங்கே தோற்றினையே! இந்தக் காட்டில் நான் அலைகிறதைப் பொறாமல் வந்து உதித்தாயே! நான் மகாபாவி அல்லவா? நீ என்னைத் தேடி வந்து என் அருகே நின்ற போது அகல நில் என்று சொன்ன வன்னெஞ்சன் அல்லவா? நீதான் வந்திருக்கிறாய் என்பதை அறிந்து கொள்ளாமல் அபசாரம் செய்து விட்டேன். நீ அந்தக் குற்றத்தைப் பொறுத்தருள வேணும்; எல்லா நற்குணங்களுக்கும் இருப்பிடமாகிய மூர்த்தி நீ அல்லவா? நான் செய்த பிழையைச் சகித்தருள வேணுமையா!" என்று தம் குறையையும் பத்மநாபனது கருணா விசேஷத்தையும் நினைந்து ஆராமை மீதூர உருகி நின்றார்.

"எம்பெருமானே, உன்னைத் தரிசித்தும் அபிஷேகம் செய்யாமல், மலர் கொய்து பூசிக்காமல், நிவேதனம் பண்ணாமல் வீண் பொழுது போக்குகிறேனே!" என்று வேசாறினார். அங்கே பூஜை பண்ண அவரிடம் என்ன இருக்கிறது?

அப்பொழுது அருகிலுள்ள நகரத்திலிருந்து ஒரு வணிகன் 'ஒற்றை உடுத்துக் கோடித் துணி போர்த்துப் பெற்றெடுத்த தந்தைக்குப் பிதுர் கர்மம்' செய்வதற்காக வந்தான். அவன் தன் கையில் அந்தக் கர்மத்தின்

பொருட்டுப் பச்சரிசியும் மாங்கனியும் வைத்திருந்தான். முனிவருடைய தோற்றத்தைக் கண்டு பயபக்தியுடன் அவன் அவருக்கு அவற்றைக் கொடுத்தான். 'அந்தணருக்கு இவற்றை அளித்துச் சிராத்தம் செய்ய எண்ணினேன். இவரைக் காட்டிலும் சிறந்தவர் யார் கிடைக்கப் போகிறார்கள். என்ற நினைவோடு அவன் ஈந்தான். 'இதுவும் எம்பெரு மான் திருவருட் செயலே' என்று உவந்து முனிவர் பச்சரிசியையும் மாம்பழத்தையும் பெற்றுக் கொண்டார். அவ றையே நிவேதனப் பொருளாக வைத்து அனந்த பத்ம நாபனுக்குப் பூஜை செய்யத் தொடங்கினார்.

சுத்தி மணிகுலுக்கித் தூபதீ பங்காட்டிப்
பக்தியுடன் நைவேத்தியம் பாங்குடனே செய்துமவர்
கல்பகக் கனிஅரிசி அமுதுசெய்ய வேணுமென்னப்
பத்மநாப ஸ்வாமி பரிவுடனே அமுதுசெய்தார்.

முனிவர் அடைந்த இன்பத்துக்கு எல்லை இல்லை. தேவரும் காணுதற்கரிய எம்பிரான் தமக்காக அங்கே எழுந்தருளியதை நினைந்து நினைந்து உள்ளம் பூரித்தார். தேவர்கள் மலர் சொரியத் தேவ துந்துபி முழங்க, சாரணர் கந்தர்வர் சங்கீதம் பாடி நிற்க, சிறந்த புகழுடைய அனந்த பத்மநாபன் கண் வளருங் கோலத்தைக் கண்டு கண்டு தம் புண்ணியப் பேற்றை எண்ணிப் பெருமிதம் அடைந்தார்.

அண்டம் ஈரேழும் அளந்தபாதம்
அடியான் தனக்காக அலைந்தபாதம்
புண்ட ரீகமலர் ஒத்தபாதம்
பூமங்கை நங்கை உறையும்பாதம்
கொண்ட லாழிசூழ்ந்த மலையாளம்

கொல்லம் கொச்சியும் கோழிக்கூடும் பொங்கி
வளங்கொண்ட தென்தேசத்தின்
புண்ணிய வான்களும் போற்றும்பாதம் அம்புஜ மலர்தனை
ஒத்தபாதம்
அடியேன் தலையின்மேல் அணிந்தேனே!

என்று கொண்டாடினடித்தார். பசித்தவர்க்கல்லவா உணவின் அருமையும் சுவையும் தெரியும்? முனிவர் இவ்வாறு பக்தி செய்து பூசை புரிந்து இறுதியில் மாயை நீங்கிப் பத்ம நாபன் திருவடியில் ஐக்கியமானார். அவருக்காகத் தோற்றிய பத்மநாபன் இன்றும் திருவனந்தபுரத்திலே எல்லா மக்க ளும் கண்டு இன்புறும்படி அறிதுயிலில் அமர்ந்து விளங்குகிறான்.

முன்பு பகவான் 'திருவனந்தூர் முடி தாழ்த்தித் திருப்பாலூர் கால் நீட்டிக் கிடந்தானாம். பிறகு குறுகி மூன்று வாயிற் படிகளிலிருந்து காணும் உருவத்தோடு காட்சி அளிக்கிறானாம். இன்றும் சந்நியாசி பூசையை நினைந்து பச்சரிசியும் மாங்காயும் வைத்துப் பத்மநாபனுக்கு நிவேதனம் ஒரு குறிப்பிட்ட காலத்தில் நடக்கிறதாம்.

8. மச்சு வீடு

இந்திய நாட்டு இலக்கியத்தில் வேதாந்த பரமான பாடல்களில் பல, நேர்முகமாக விஷயத்தைச் சொல்லா மல் குறிப்பாகச் சொல்லும். ஆங்கிலத்தில் இந்த நெறியைக் கூட நெறி (Mysticism) என்று வழங்குகிறார்கள். பழைய காலத்துச் சித்தர் முதல் நம்முடைய காலத்து ரவீந்திரர் வரையில் இந்த நெறியிலே கவிதையைப் பொழிந்திருக்கிறார்கள். தங்கள் தங்கள் மனோ தர்மத்துக்கு ஏற்றபடி ஆழ்ந்து சிந்திக்கச் சிந்திக்க இன்பத்தைத் தரும் பண்புடையன அக்கவிதைகள்; மேலெழுந்த வாரியாகப் பார்த்து அநுபவிக்கும் இயல்புடையவருக்கு விஷயமே விளங்கா மல் மயக்கத்தை உண்டு பண்ணும் தன்மையும் அவற்றிற்கு உண்டு.

இந்தக் கூட நெறியை, இலக்கியமாகப் போற்றும் பாடல்களில் மட்டுமல்ல, நாடோடியாக வழங்கும் பாடல் களிலும் காணலாம். நம்முடைய நாட்டினருக்குச் சுவையைத் தரும் அமைப்பு எல்லா வகை இலக்கியங்களிலும் காணப் படுவது இயல்பே.

மாங்காய்ப்பால் உண்டு மலைமேல் இருப்போர்க்குத்
தேங்காய்ப்பால் ஏதுக்கடி - குதம்பாய்
தேங்காய்ப்பால் ஏதுக்கடி?
தாவாரம் இல்லை தனக்கொரு வீடில்லை
தேவாரம் ஏதுக்கடி - குதம்பாய்
தேவாரம் ஏதுக்கடி?

என வரும் குதம்பைச் சித்தர் பாடல்களுக்குத் திட்டமாக இன்னதுதான் பொருளென்று வரையறுத்துச் சொல்ல முடியுமா? வார்த்தைக்குப் பொருள் உண்டு; அதற்கு மேலும் ஒரு குறிப்பையுடைய இத்தகைய பாடல்களில் கவியை ரசிக்கிறவனுடைய உள்ளத்தின் ஆழத்தைப் போல அந்தக் குறிப்பு ஆழ்ந்து செல்லும். யோகி இதற்கு யோக தத்து வத்தைப் பொருளாகச் சொல்வான்; ஞானி ஞானார்த்தத்தை விரிப்பான்; பக்தன் பக்தி நெறியோடு இணைத்துக் காட்டு வான். இந்த வியாக்கியான முறை தனித்தனி உள்ளச் செம்மைக்கு ஏற்ப அமைவதனால் தான் இவைகளுக்கு நிரந்தரமான உரை ஒன்றும் வழங்குவதில்லை.

நாடோடி ஞானியின் பாடல்களில் கூடநெறியில் அமைந்தவை எவ்வளவோ உண்டு. ஒரு விதமாகப் பொருள் செய்ய முடிந்தவை சில; பொருள் செய்ய முடியாமல் இன்னும் பரம்பொருளைப் போல ஆராய்ச்சிக்கு உள்ளாகி இருப்பவை சில; எவ்வளவு காலம் ஆராய்ந்தாலும் உண்மை உணராமல் என்றும் இரகசியப் பொருளாய் உள்ளவை சில
திருத்தணிகை முருகக் கடவுளை ஒரு பக்தன் அணுகிப் பிரார்த்திக்கிறான். பிரார்த்தனை வெளிப்படையான பொருளோடு இருக்கவில்லை. வார்த்தைகளெல்லாம் எல்லோருக்கும் தெரிந்த வார்த்தைகளே. ஆனாலும், பொருளோ சிந்தித்துச் சிந்தித்து மனத்துக்குப் பொருத்த மென்று தோன்றும் போது முடிவு கட்டிக் கொள்ளும்படி அமைந்திருக்கிறது.

“திருத்தணிகை முருகக் கடவுளே, என் மனசு பொல்லாதது. அது சதா திரிந்து கொண்டே இருக்கிறது. காட்டிலும் மலையிலும் திரிந்து வீணே பொழுது போக்கு

கிறது. அதை என் வசத்துக்குள் கொண்டு வர முடிய வில்லை. எப்படியாவது கொண்டு வரவேண்டுமென்று பார்க்கிறேன். என்னுடைய சக்திக்கு மிஞ்சியதாக இருக்கிறது. உன் திருவருள் இல்லாவிட்டால் இந்த மனசு வழிக்கு வராது போல் இருக்கிறது. ஆகையால் நீயே திருவருள் செய்ய வேண்டும். எப்படியாவது அதை வசமாக்கிப் பிடித்து என் கட்டுக்குள் அகப்படும்படி செய்ய வேண்டும்."

இப்படி நேரடியாகப் பிரார்த்தனை செய்து விட்டால் நமக்கு எளிதிலே விளங்கிப் போகும். பாட்டில் இதே விஷயத்தைக் கூடமாகச் சொல்லுகிறான் நாடோடிச் சித்தன்.

கல்லு மலைமேலே - கவுதாரி
மெல்ல நடக்குதையா - அதைப்
பிடித்துத் தாருங்காணும் - திருத்தணி
மலையில் வேலவனே!

ஓடிப் பறந்து திரியும் கவுதாரி இப்போது மெல்ல நடக்கிறதாம். அதைப் பிடிக்கச் சரியான தருணமாம். மனசு உலகியலிலே இருந்த வேகம் மாறிக் கொஞ்சம் முருகனை நினைக்கிற நிலைக்கு வந்திருக்கிறது; மெல்ல நடக்கிறது. அதைப் பிடித்துத் தர இதுதான் சரியான சமயம்!

மனத்தை ஒருவகையாக வசப்படுத்தியாயிற்று. மனம் ஓடாமல் இஷ்டப்படி வேலை செய்யும் நிலையில் நிற்கிறது. அடுத்தபடி அதற்கு வேலை கொடுக்க வேண் டுமே, அதன் மேல் முருகனை ஏற்றித் தியானம் செய்யும் படி செய்ய வேண்டும். அதற்குமுன் அவனுடைய

வாகனத்தைக் கொண்டு வந்து வைக்க வேண்டும். மெள்ள மெள்ளத் தானே இந்தப் பொல்லாத மனக் குரங்கைப் பழக்க வேண்டும்? ஆகவே, நாடோடிச் சித்தன் முருகனை அடுத்தபடியாகப் பின்வருமாறு வேண்டுகிறான்:

பாவட்டஞ் சோலைக்குள்ளே - நீலமயில்
வாய்விட்டுக் கூவுதையா - அதைப்
பிடித்துத் தாருங்காணும் - திருத்தணி
மலையில் வேலவனே!

தியானம் ஒருவாறு பழக்கத்துக்கு வந்து விட்டது. சிறிது சிறிதாக அநுபூதி கைவரப் பெறுகிறான், சாதனஞ் செய்யும் அன்பன். ஒருபடியிலேயே நின்று விடலாம் என்று தோன்றுகிறதா? மேலே மேலே போய்க் கொண்டு. இருக்க வேண்டும் என்பது மனித இயல்பு; உபாசகன் இயல்பும் அதுதான். "முருகா, உன் திருவருளால் மனம் புறப்பொருள்களிலே செல்லாமல் என் விருப்பப்படி ஒழுகும் நிலையை அடைந்தேன். பிறகு உன்னுடைய மயில் வாகனத்தையும் அதன் மேல் நீ வரும் வாழ்வையும் தியானம் செய்து இன்புறும் நிலையையும் பெற்றேன். வர வர நான் பெறும் ஆனந்தம் சொல்லால் இயம்ப அரிதாக வளர்கின்றது. இந்தப் படிகளுக்கு மேலேயும் அநுபவ நிலைகள் இருக்கின்றன. நான் இருக்கும் நிலை மிகத் தாழ்ந்தது. இதிலேயே இவ்வளவு சுகாநுபவம் இருக்குமானால் இன்னும் மேலேயுள்ள நிலைகளில் எவ்வளவு ஆனந்தாநுபூதி இருக்கும்! அதையும் நான் அடைய வேண்டும். இப்போது எனக்கு உள்ள பக்குவம் இந்த நிலைக்குப் போதும். மேலுள்ள நிலைக்கு இது போதாது; இன்னும் பக்குவம் வேண்டும்.

அந்தப் பக்குவத்தை எனக்கு அருள் புரிய வேண்டும்.” - இந்தப் பிரார்த்தனையையே கூடநெறியில் சொல்கிறான்:

நேற்றுக் கொடுத்தபணம் - முருகா
நெல்லுக்குச் செல்லவில்லை - அதை
மாற்றித் தாருங்காணும் - திருத்தணி
மலையில் வேலவனே!

நேற்றுக் கொடுத்த பணம் கம்புக்கும் சோளத்துக்கும் சென்றது. அவைகளால் பசி தீர்ந்தாலும் நெல்லஞ் சோறு சாப்பிட வேண்டும் என்று ஆசை எழுகிறது. அதற்கு இந்தப் பணம் செல்லாது. ஆகையால்தான் அதை மாற்றித் தர வேணுமென்று மன்றாடுகிறான்.

இந்த உடம்போடே இருந்து தியான தாரண சமாதி களைக் கண்டு இன்புற்றவன், 'இனி இவ்வுடம்பை விடும் காலம் எது?' என்று எதிர்பார்த்துக் கொண்டிருப்பான். ஜீவன் முக்தர்கள் புளியம் பழமும் ஓடும் போல இவ்வுடலில் இருந்தும் ஒட்டாமல் எந்த நிமிஷத்திலும் மரணத் திற்குத் தயாராய் இருப்பார்கள். மரணத்தைக் கண்டு அவர் களுக்குப் பயமே இல்லை; அதைப் பற்றிய நினைவே அவர்களுக்கு இருப்பதில்லை.

சந்ததமும் வேதமொழி யாதொன்று பற்றினது
தான்வந்து முற்றுமெனலால்
சகமீ திருந்தாலும் மரணம்உண் டென்பதைச்
சதாநிஷ்டர் நினைவதில்லை

என்று தாயுமானவர் சொல்கிறார்.

அநுபவம் முதிர்ந்த நிலையில் ஜீவன் முக்தர்கள் அடுத்தபடி எதிர்பார்த்து நிற்பது விதேக முக்தியை; இந்த உடம்பினின்றும் விடுபட்டு நிரதிசயானந்தமாகிய முக்தி இன்பத்தை அடையும் நிலையையே. அதை நாடோடிச் சித்தன் வேண்டுகிறான். "முருகா, எண்சாண் உடம்பாகிய இதில் பிராப்தம் கூட்டியதனால் இவ்வளவு காலம் இருந்து விட்டேன். இந்தக் குடிசை இனி வேண்டாம். முக்தியாகிய மச்சு வீடுதான் எனக்கு வேண்டும்" என்று முருக னிடம் முறையிட்டுக் கொள்கிறான்.

எட்டடிக் குச்சுக்குள்ளே - முருகா
எத்தனை நாள்இருப்பேன் - ஒரு மச்சுவீடு
கட்டித்தாரும் - திருத்தணி
மலையில் வேலவனே!

கவுதாரி கேட்டான்; மயில் கேட்டான்; கம்பு நீக்கி நெல்லும் நெல்லுக்குப் பணமும் கேட்டான்; முடிவில் குச்சு வீடு மாறி மச்சு வீடு வேண்டுமென்று கேட்கிறான். மேற்போக்கான பொருளிலும் விஷயம் படிப்படியாக உயர்ந்து கொண்டே செல்கிறது. அதற்கூடே குறிப்பாக உள்ள பொருளும் அப்படியே உயர்ந்து செல்கிறது. நாடோடிச் சித்தன் கேட்கும் மச்சு வீட்டைத்தான் உலகத்தில் உள்ள மதங்களெல்லாம் கேட்கின்றன.

9. வேதாந்த அம்மானை

இந்த நாட்டில் கடவுள் உணர்ச்சியும் மெய்ஞ்ஞானத்தில் பற்றும் கல்வி மூலமாகத்தான் உண்டாக வேண்டும் என்ற வரையறை இல்லை. தக்க குருவின் அருளாட்சிக்கு உட்பட்டு அவருடைய உபதேச வன்மையினால், ரச வாதத்தினால் செம்பு பொன்னானாற் போலப் பக்குவம் பெற்ற பெரியோர்கள் எவ்வளவோ பேர்கள் இந்நாட்டில் இருந்திருக்கிறார்கள். அவர்கள் கல்வியறிவு இல்லாத வர்கள் என்று உலகத்துச் சம்பிரதாய பாஷையிலே சிலர் சொல்லும்படி இருந்தாலும், கல்வியறிவுக்கு எட்டாத பெரிய உண்மைகளை அவர்கள் உணர்ந்தார்கள். கல்வியறிவு ஓர் எல்லைக்குள் அடங்கியது; அந்த மெய்ஞ்ஞானச் செல்வர்களுடைய பேரறிவோ எல்லைக்கு அடங்காக தாய், அறிவு வேறு அநுபவம் வேறு என்ற நிலை கடந்ததாய் விளங்குவது.

ஞானத்தைப் பரோக்ஷமென்றும் அபரோக்ஷமென்றும் இரண்டு வகையாகப் பிரிப்பது இந்நாட்டு மரபு. கல்வி யறிவால் வருவது பரோக்ஷம். குருவின் திருவருளால் அநுபவத்தோடு ஒட்டி வருவது அபரோக்ஷ ஞானம். இவ் விரண்டும் ஒருங்கேயுடைய பெரியார்கள் பலர். கல்விச் சாலைக்குள்ளே புகாமல், இலக்கண இலக்கியங்களைக் கல்லாமல் அவற்றைக் கடந்த ஞான நிலையில் உலவிய பெரியோர்களும் பலர். அவர்களிற் பலர் சில சமயங்களில் அருள் கனிந்து வெளியிட்ட உண்மைகள் மிகவும் அருமையாக இருக்கும். இலக்கணக் கட்டுப்பாட்டை மீறிய உருவத்தில் அவர்களுடைய உபதேசங்கள் இருக்க லாம். அதனால் அவை பயனற்றவை என்று சொல்லக் கூடாது. மற்ற

இலக்கியங்களுக்கு உரிய இலக்கணத்தைச் சட்டமாக வைத்துக் கொண்டு அவற்றைச் சோதனை செய்வதே பிழை. அவை தனிப்பட்ட இலக்கிய சாதி. அவற்றிற்குத் தனியே இலக்கணம் வகுக்க வேண்டும்.

இந்த உண்மையை இலக்கண நூலார் மறந்து போக வில்லை. "ஆர்ஷம்" என்ற ஒரு சிறப்பு வகை இலக்கணங் களில் வருகின்றது. நிறை மொழி மாந்தர்களாகிய முனிவர்கள் கூறுவனவற்றை அங்ஙனம் அமைத்துக் கொள் வார்கள். அவர்கள் வாக்கை வழக்கிலுள்ள இலக்கண விதிகளோடு ஒப்பிட்டுப் பார்த்தல் தக்கதன்று. ஆகவே அவற்றை இந்த இலக்கணத்துக்குப் புறம்பாக, விதியி னின்றும் விலகிய சுதந்தரமுடைய சாதியாக வைத்திருக்கின்றனர்.

'அவ்வாறு அவற்றைத் தனியே பிரித்தேனும் ஏற்றுக் கொள்ள வேண்டாமா? இலக்கணத்துக்குப் புறம்பானவை என்று விலக்கக் கூடாதா?' என்றால் இலக்கியத்துக்காக இலக்கணம் பயன்படுமேயன்றி, இலக்கணத்துக்காக இலக்கியம் வரவில்லை. இலக்கியம் விரிவடைந்தும், பல பல வகையில் மாறியும் வளர்ச்சி அடையும் போது இலக்கணமும் அந்த வளர்ச்சிக்கு ஏற்ப மாறியும் விரிந் தும் நிற்கும்; உடம்பும் அதன் நிழலும் போல இலக்கிய மும் இலக்கணமும் தொடர்ந்து நிற்கின்றன. மனித சாதியின் கொழுந்தாகிய ஞானியர்களின் அநுபவ வாக்கு உண்மை நிரம்பியதாதலின் அதனைச் சிறந்த இலக்கியமாகவே கொள்ள வேண்டும். அதற்குத் தனியிலக்கணம் அமைக்க வேண்டும்.

உண்மை உணர்ந்தோர் கடவுள் உணர்ச்சி மிக்க போது அறிந்து வெளிப்படுத்திய மறைமொழி பல கொண் டது வேதம். வேதத்தில் வரும் யாப்பிற்குத் தனியே இலக்கணமும் நிகண்டும் இருக்கின்றன. காவியங்களுக்கு உரிய இலக்கணத்தை வேதத்துக்குப் பொருத்திப் பார்த்தால் பல இடர்ப்பாடுகள் உண்டாகும்.

தமிழில் சித்தர் பாடல்கள் என்று வழங்கும் செய் யுட்கள் ஆரிஷ வகையில் அடங்குவன. அவற்றிலே பல பாடல்கள் இசைப் பாட்டுக்களின் வகையைச் சார்ந்தன. ஓரளவு எதுகை மோனைகளுடன் பாவினங்களின் இலக் கணத்துக்கு உட்பட்ட பாடல்களை அச்சிட்டு வெளியிட்டிருக்கிறார்கள். அவற்றையல்லாமல் நாடோடியாக வழங்கும் வேதாந்தப் பாடல்கள் பல உண்டு.

'சித்தர் பாடல்கள்' என்று இப்போது வழங்கும் பாடல்கள் எல்லாம், பழங்காலத்தில் அஷ்டமா சித்திகளை யும் பெற்று விளங்கினவரென்று சொல்லப் பெறும் சித்தர் களாலேயே பாடப்பட்டன என்று அபிமானத்தால் பலர் நினைக்கிறார்கள். இந்த நாட்டில் மெய்ஞ்ஞானம் படைத்த பெரியோர்கள் கூறிய உபதேசங்களைக் கேள்வியுற்ற பல ஞான சாதகர்கள், அவற்றை உணர்ச்சி மிக்க காலங்களில் பாடலுருவத்தில் வெளியிட்டார்கள். அவைகளே இந்தச் சித்தர் பாடல்கள். அவற்றை வெளிப்படுத்தியவர்கள் யார் என்பது நமக்குத் தெரியாது. இலக்கண இலக்கிய உலகிலேயே பல நூல்களுக்கு இன்னார் ஆசிரியரென்று தெரியாத போது, இந்தப் பாடல்களின் ஆசிரியர்களை யார் கண் டார்கள்? அழுகுணிச் சித்தர், இடைக்காட்டுச் சித்தர், கடு வெளிச் சித்தர், குதம்பைச் சித்தர், விளையாட்டுச் சித்தர் முதலிய

பல சித்தர்களின் பாடல்கள் அச்சு வாகனம் ஏறித் தமிழ் நாட்டுக் கிராமங்களிலும் உலவுகின்றன.

சித்தர் பாடல்களில் பெரும்பாலும் விஷயத்தை நேரடியாகச் சொல்லும் முறை இராது. உவமையோ, உருவகமோ, வேறு விதமான குறிப்போ பாட்டில் இருக்கும்.

இப்படி உள்ள பாடல்களைத் தத்துவார்த்தப் பாடல்கள் என்று இப்போது சொல்ல ஆரம்பித்திருக்கிறார்கள். பாரத நாட்டு இலக்கியங்களில் தத்துவார்த்தப் பாடல்கள் மலிந்து கிடக்கின்றன.

வேதாந்த பரமாக அமைந்த சித்தர் பாடல்களுக்கு உரை வகுப்பவர் யாரும் இல்லை. ஒவ்வொரு துறையினரும் தங்கள் தங்கள் மனத்துக்கு ஏற்ற முறையிலே அதற்கு உரை வகுத்துக் கொள்வார்கள். பிரம்ம சூத்திரம், பகவத் கீதை என்பவற்றைப் போன்ற வேதாந்த நூல்களுக்கே பலர் பலவகையாக உரை கூறும் பொழுது, உள்ளுறை பொரு ளாகத் தத்துவத்தை வைத்துச் சொல்லும் சித்தர் பாடல்கள் பல பல உரைகளை ஏற்றுக் கொள்ளும்படி அமைந்திருப் பது புதுமையன்று.

அச்சுக்கு வராத வேதாந்தப் பாடல் ஒன்றை இப்போது பார்க்கலாம்.

மூன்றுகுணத் தால்சமைத்த
முகூர்த்தமுள்ள அம்மானை
ஆதியிலே உண்டான
அம்மானை தானும்இது
எனும் சராசரங்கள் அத்தனையும்

தானாய் நிறைந்திருக்கும்
மகத்தென்னும் நல்ல
மகத்தான அம்மானை
வைத்திட்டுத் தான்பூட்டி
வைத்திருந்த அம்மானை
பிரளயமது வந்தாக்கே
பழியாப் பழியொதுங்கும்
வேளையது வந்தாக்கே
விசிறிக்கும் அம்மானை
சிருஷ்டிசமயம் வந்தாக்கே
திரும்பிப் பரிணமிக்கும்.

தமிழ் நாட்டில் வேதாந்தப் பாட்டிகள் என்ற ஒரு கூட்டத்தினர் உண்டு. இளம் பருவத்திலே கைம்மை நிலை பெற்றமையால் இகலோக வாழ்க்கை அவர்களுக்கு இல்லையாகவே, வாழ்நாளை நன்னெறியிலே செலுத்து வதற்கு நல்ல பெரியோர்களை அண்டித் தத்துவ விசாரம் செய்வார்கள். தியானம் முதலிய அப்பியாசங்களிலும் ஈடுபடுவார்கள். அவர்களுக்குக் கைவல்ய நவநீதம் முதலிய வேதாந்தப் பாடல்கள் மனனமாக இருக்கும். வாய்மொழியாக வழங்கி வரும் 'ஜீவ நாடகம்', 'அன்னை பின்னை' முதலிய நாடோடிப் பாடல்களை ஆற்றொழுக்குப் போலத் தடையின்றிச் சொல்லிக் கொண்டே போவார்கள். அவர்களை அணுகினால் அச்சில் வெளிவராத பல வேதாந்தப் பாடல்களைக் கேட்கலாம். அவர்கள் பாடும் 'வேதாந்த அம்மானை' என்ற நெடும் பாட்டுள் ஒரு பகுதி இது. சத்துவம், ராஜஸம், தாமஸம் என்னும் மூன்று குணங் களையும் மூன்று அம்மானைக் காய்களாக உருவகம் செய்து அவற்றின் இயல்பைப் புலப்படுத்தும் போக்கில் இந்தப் பகுதி அமைந்திருக்கிறது.

இந்த மூன்று குணங்களும் ஜீவர்களை ஆட்டிக் கொண் டிருக்கின்றன. இவற்றைத் தனக்கு அடிமைப்படுத்தி விளையாட வல்லவன் ஞானி ஒருவனே. இந்தக் கருத்தைப் பாட்டு பின்வரும் அடிகளில் சொல்கிறது:

அயிக்க ஜனங்களுக்கும்
ஆடுதற்கும் கூடாது.
அந்தக்கரணம் தெளிந்தால்
ஆடுதற்கும் மாட்டார்கள்.
பாமரர்க ளாலேஇது
பார்க்கவைக்கக் கூடாது.
பரிபக்கு வங்களாகிப்
பழைய வரங்கழித்தே
சித்தந் தெளிந்தால்
தெரிந்தாடும் அம்மானை.
பச்சை மரத்தில்
எங்கள் குருபரத்தி
பதித்ததொரு ஆணியைப்போல்
இடைவிடா தேயிருக்கும்
எடுத்தாடும் அம்மானை!
இனிய ஜனங்கள்
எங்கள் குருவம்சம்
இருந்தாடும் அம்மானை!

இந்த அம்மானைகள் தத்துவப் பேழைக்குள் இருப்பனவாம். பெண்பாலார் சொல்லும் பாடலாதலின் குருபரன் வராமல், குருபரத்தி வருகிறாள்.

சாதன சதுஷ்டயங்கள் கைவந்த ஒருத்தி இந்த அம் மானையை ஆடத் தொடங்குகிறாள். மூன்று குணங் களையும் வரையறை செய்து தன் வைராக்கியத்தினாலே அவற்றின் வசமாகாமல் அவற்றைத் தன் வசப்படுத்தும் சாதனையையே இங்கே அம்மானை விளையாட்டாகச் சொல்கிறாள்.

ஆட வந்தவள் நல்ல பக்குவமுடைய சமர்த்தி:

ஈஷணாத் திரயங்களென்னும்
ராகத்வே ஷங்கழிந்து
தீர்க்கவை ராக்ய
பக்தித் திடமுடைய
சாதனங்கள் உள்ள
சமர்த்தி அவளொருத்தி
தத்துவப் பேழைதனைத்
தையலவள் தான்திறந்தாள்.

முதலில் அவளுக்கே பிரமிப்பு வந்து விட்டதாம்:

அம்மானை தானிருக்கும்
அறையை அவள்பார்த்தாள்.
பார்த்தாள் பிரமித்தாள்
பரிசழிந்து போய்ச்சேர்ந்தாள்.
வேதாந்த அம்மானை
நின்றாள் நிலைத்தாள்
நிலையாக நின்றுவிட்டாள்.

அவள் அவற்றைப் பார்த்துத் தன்னால் அவற்றை முறையாக ஆடமுடியுமா என்று யோசிக்கிறாள்; எங்கே

தன்னுடைய ஆற்றல் போதாதோ என்ற ஐயம் அவளுக்கு எழுகின்றது.

ஆட அறிவேனோ
அன்றியிதில் தோற்பேனோ?
பாட அறிவேனோ
பரிசழிந்து நிற்பேனோ?
ஏந்த அறிவேனோ
இடையில் தவறிடுமோ?
ஏற்றமுள்ள ஜீவன்முக்தர்
ஏசிப் பழிப்பாரோ?
சொரூப நிலை கண்டவர்க்குத்
தோற்றே கிடப்பேனோ?

இவ்வாறு கவலை கூறும் அவளுக்குக் குருபரத்தி எதிர்ப்பட்டு ஆடும் வகையை உபதேசம் செய்கிறாள். அந்த உபதேசத்தின் வலியாலும் குருபரத்தியின் திருவருளாலும் அந்தச் 'சாதனங்கள் உள்ள சமர்த்தி' அம்மானையை ஆடி வெற்றி பெறுகிறாள். இதைத்தான் வேதாந்த அம்மானை விரித்துச் சொல்கிறது.

உலக முழுவதும் பலவகையான நாடோடிப் பாடல்கள் வழங்குகின்றன. அந்த அந்த நாடுகளுக்கு ஏற்ப அவற்றிலே தனித்தனி இயல்புகளைக் காணலாம். இயற்கையோடு ஒட்டி வாழ்வதைப் புலப்படுத்துவது, உண்மையை மறைக் காமல் சொல்வது முதலியவற்றில் அப்பாடல்கள் அனைத் திலும் ஒரு பொது நெறியைக் காணலாம். ஆனாலும் இலக் கியங்களின் முடிவென்று சொல்லும் பாரமார்த்திக உண்மைகளை நாடோடிப் பாடல்களும் விரித்துரைக்கும் அதிசயத்தைப் பாரத நாட்டிலேதான் பார்க்க முடியும்.

10. மனோலயம்

வேதாந்த பரமான பாடல்களை இயற்றின பாட்டி மார்களில் திருநெல்வேலி அக்கா என்பவர் ஒருவர். இலக்கண இலக்கியப் பயிற்சி இல்லாவிட்டாலும் இத்தகைய வர்களுக்குக் கேள்வி ஞானம் மிகுதியாக இருக்கும். வாழ்க்கையில் நல்லொழுக்கமும் இந்திரிய நிக்கிரகமும் உடையவர்களாக அவர்கள் வாழ்ந்தார்கள். பழங்காலத்தில் கன்னியாக இருக்கும் போதே துறவு பூண்ட மணிமேகலையைப் போன்றவர்கள் இவர்கள். மணம் ஆனாலும் கன்னிமை கழியாததற்கு முன்பே கைம்மை விட்டமையின் இவர்களும் கன்னியிலே துறந்தவர்களுக்கு ஒப்பானவர்களென்றே சொல்ல வேண்டும். துறவிகளுக்கு விதித்த பல வரையறைகளை இவர்களிடத்தும் காணலாம். ஊணில் வரையறை, உறக்கத்தில் வரையறை, விரதங்களால் உடம்பை வருத்தி மெலியச் செய்தல், கூந்தலை மழித்தல், பலகால் நீராடல், வெள்ளாடை அணிதல், ஓராடையன்றிப் பிறிது புனையாமை, திருநீறு ருத்திராட்சம் அணிதல் ஆகிய இத்தகைய செயல்களையுடைய அவர்கள் தங்கள் வாழ் நாளை எப்படியேனும் நல்ல நெறியிற் கழிப்பதற்கு ஏற்ற பழக்கங்களை உடையவர்களாக இருப்பார்கள். வேதாந்த சாஸ்திரங்களைப் படித்தல், கேட்டல், பிறருக்குச் சொல்லுதல் முதலிய காரியங்களில் ஈடுபடுவார்கள்.

திருநெல்வேலி அக்கா பாடிய பாடல்கள் பல உண்டு. ஜீவனுடைய சொரூபத்தையும் பரப்பிரம்மத்தின் சொரூபத்தையும், மாயையின் தன்மையையும், குருநாதன் பெருமையையும் சொல்லும் பாடல்கள் பலவற்றைப்

பாடி இருக்கிறார். அவற்றில் ஒன்று மனோலயத்தைப் பற்றியது.

இறைவனுடைய திருவருளால் மயக்கம் ஒழிந்து தெளிவான நிலையில் மனம் நம் வசப்படுகிறது. அது எங்கெங்கோ திரிந்து கொண்டிருப்பதுதான் இயல்பு. அதைப் பின்பற்றி நாமும் செயல் செய்து திரிகிறோம். அதன் போக்கை அடக்கி அதை நமக்கு வசமாக்க வேண்டும். அதற்கு இறைவன் அருள் வேண்டும். அது கிடைத்து விட்டால் முன்னாலே நிகழ வேண்டியன வெல்லாம் நன்கு நிகழ, அவற்றின் பின் மனோலயம் தானே வந்து விடும். மனோலயம் தானே கைகூடிய அதிசயத்தை அருணகிரி நாதர் பின்வருமாறு சொல்கிறார்.

போக்கும் வரவும் இரவும் பகலும்
புறம்பும் உள்ளும்
வாக்கும் மனமும் வடிவும்இல் லாதொன்று
வந்துவந்து
தாக்கும் மனோலயம் தானே தரும்எனைத்
தன்வசத்தே
ஆக்கும் அறுமுக வாசொல்லொ ணாதிந்த
ஆனந்தமே!

(கந்தரலங்காரம்)

திருநெல்வேலி அக்காவும் மனோலயம் பெற்று அடைந்த ஆனந்தத்தைப் பாடுகிறார்.

வர வரப் பெருகுதே - மனோலயம்
வந்து வந்து தருகுதே!

எப்பொழுது எப்படி அந்த மனோலயம் உண்டா கிறது? அப்போது பெருகும் ஆனந்தம் எப்படி இருக்கிறது? அந்த நிலை எத்தகையது?

இரவும் பகலும்அற்ற ஏகாந்த வெளியிலே
இருப்பதும் இன்பம் எடுப்பதும் துன்பம்
கொடுப்பதும் எங்கும் நடப்பதும்
இல்லாமல் ஆச்சே!

அந்த நிலையில் இரவு தெரியாது, பகல் தெரியாது. எல்லோரும் வாழும் சகலாவஸ்தையாகிய நனவு இன்பப் போதையில் தன்னை இழந்தவர்களுக்கு வேறாகி இருக்கு கும். எல்லாம் மறந்து இருட்டில் தூங்குகிறோமே அந்த இருட்டும் அங்கே இல்லை. அங்கே துணை வேறு யாரும் இல்லை. அது வெறும் ஏகாந்த வெளி. அந்த வெளியில் 'நான்' இருக்கிறேனா? இல்லை. இன்பம் உண்டா? இல்லை. துன்பமும் இல்லை. நடத்தல் இல்லை; நடந் தாலும் நடப்பதாகத் தோன்றவில்லை.

அந்த ஆனந்தத்தை எப்படிச் சொல்வது?

எத்திசையும் முத்திசெய்யப்
பக்திசெய்யப் புத்தியற்று
ஏகரஸா னந்தாமிருதம்
ஸாகரமாய் ஸமர்ஸ
யோகரஸா னந்தாமிருத
ஜோதியாய்த் தழைத்தசுகம்
வரவரப் பெருகுதே மனோலயம்
வந்து வந்து தருகுதே!

வார்த்தைகளினூடே அநுபவம் பேசுகிறது. சொல்லத் தெரியாமல் விழி சொக்கி வார்த்தைகளைச் சொல்வது போலப் பாட்டு இருக்கிறது. வார்த்தைகளினூடே உணர்ச்சி பொங்குகிறது. ஆனால் வாக்கிய முடிபு, தக்க வார்த்தை கள், தக்க ரீதியில் விஷயத்தைச் சொல்லும் முறை ஆகி யவை இந்தப் பாட்டில் இல்லை. அது புலவர்களின் பாடல் களில் நிறைய இருக்கும். ஆயினும் இதில் அநுபவமும் அன்பும் நிறைய இருக்கின்றன. படிக்கும் போதே இது போலி வேதாந்தமல்ல, ஏதோ ஒரு துளியாவது தேனைச் சுவைத்த வெறியிலே வரும் வார்த்தை என்று தோன்றுகிறது.

இன்னும் கேட்கலாம்:

நகைத்திடும் நாளிது ஆச்சே

-

- நாம ரூபங்கள்

நனவினில் கனவதாச்சே!

இந்த வாழ்க்கையையே நெட்டைக் கனவு என்று சொல்வார்கள். அது அநுபவத்தில் தெரியும் போது மற்றவர்கள் அவர்களைப் பார்த்து நகைப்பார்கள்.

நாடவர் நந்தம்மை ஆர்ப்ப ஆர்ப்ப
நாமும் அவர் தம்மை ஆர்ப்ப ஆர்ப்ப

என்று மணிவாசகப் பிரான் சொல்லுகிறார். நனவினில் கனவாக நாம ரூபங்களையுடைய பிரபஞ்ச நிகழ்ச்சிகள் ஆகிவிட்டனவாம். அப்போது மனம் முதலிய கோசங்கள் இருக்கிற இடம் தெரியவே இல்லை.

பகைத்திடும் மனமும் போச்சே
பஞ்சகோசம் பாழாச்சுதே!
திகைத்திடும் திவ்யானந்தம்
திவலைபோல் ஆச்சுதே!
தெளிந்ததும் தெளிவடைந்து திகழப்பட்டதும்
தேகம் மறந்ததும் தெரியாமல் ஆச்சே!
தரமாகி உரமாகி மரமாகிப் பரமாகித்
தீதில்லா அனந்த குணானந்தன்
காதலாய்க் கலந்து தெளிந்து
மேதினியெலாம் நிறைந்து
போதமாய் தழைத்த சுகம்
வர வரப் பெருகுதே - மனோலயம்
வந்து வந்து தருகுதே!

இன்னும் அந்த ஆனந்த நிலை எப்படியெல்லாம் இருந்தது? அறிவு, லக்ஷ்ய சொரூபம், பூரணமான பொருள், அகமும் புறமும் பொதிந்த பொன்னான பொருள் ஆகி எல்லாமாகி நிற்கும் ஒன்றோடு இணைந்து நிற்கும் தடையற்ற ஆனந்த சுகானந்த அநுபவம் உண்டாயிற்றாம்.

தோன்றிடும் அறிவதாகித்
- துன்பமற்ற லக்ஷ்யச்
சொரூபமே தானாகிப்
பூன்றிடும் பொருளதாகிப்
- புறமுற்றும்
பொன்மணி போலாகி
ஆழ்ந்திடும் அஸிபதம்
அதற்கப்பால் ஒப்பிலாது
ஆறியே அகம் தேறியே அது மாறியே

- அளவில்லாத
அற்புதத்துக் குட்பதித்துச்
சிற்பதமாய் அற்புதமாய்
அறிவும் உரையுமற்று நடுவும் வடுவுமற்று
ஸ்படிகாதி யதுபோலத் தடையற்றா
னந்தசுகம்
னோலயம்
வர வரப் பெருகுதே - மனோலயம்
வந்து வந்து தருகுதே!

இத்தனைக்கும் காரணம் என்ன? குருநாதனுடைய திருவருள். அவன் மானிடச் சட்டை சாத்தி வந்தாலும் எல்லாவற்றையும் விடச் சிறந்தவன். மாயைக்கும் அப்பால், புத்திக்கும் போதத்துக்கும் அப்பால் நிற்கும் பரப்பிரம்மமே அந்தக் குருநாதன். அவன் மொழிந்த அருள் மொழியின்படி நடந்ததனால் இந்த ஆனந்தம் கிடைத்தது.

இருளான மாயைக்கும் அப்பால்
இகழ்ந்திடும் புத்திக்கும் அப்பால்
பொருளான போதத்துக் கப்பால்
புகழ்ந்திடும் புத்திக்கும் அப்பால்
குருவான வேங்கடேசர் கூறிடும்
வழிமொழியைக் குறைந்திடக் குலம்
அறுந்திடக் குணம் பறந்திடத் தேகம் மறந்திடக்
குற்றமற்ற நித்யமுக்தன் சித்தமற்ற சத்யஞானன்
அறிவும் குருவும் போல
அருணன் உதயம்போலப்
பரவியே ரெண்டாய்த் தோன்றா

நிருபமாய் நின்ற சுகம்
வர வரப் பெருகுதே - மனோலயம்
வந்து வந்து தருகுதே!

இந்தப் பாட்டு நாடோடியாக வழங்குகிறது. பாரத நாட்டின் தனிச் சிறப்பாகிய ஞான நெறி பள்ளிக்கூடத்துக் கல்வி பரவாத இடத்திலும் பரவியிருந்தது என்பதற்கு இத்தகைய பாடல்கள் அடையாளம்.

11. ஞான நிஷ்டர்கள்

இந்த நாட்டில் சமயத்தை வெறும் ஆராய்ச்சிப் பொருளாகவும் வாத விஷயமாகவும் வைத்துக் கொள்ளாமல் அநுபவத்தில் இறைவன் திருவருளைப் பெறுவதற் குரிய சாதனமாகக் கொண்டார்கள். அநுபவத்தில் சாந் தத்தைப் பெற்று விருப்பு வெறுப்பு இன்றி இறைவன் அருளிலே மிதப்பவர்களைப் போல மதமத்தராக இருக்கும் ஞானிகள் பலரைக் கண்டது இந்நாடு. அலெக் ஸாண்டர் காலம் முதல் இன்று வரையில் பிற நாட்டினர் எல்லாம் கண்டு வியக்கும் ஞான வீரர்கள் இருந்து வரு கிறார்கள் என்பதற்குச் சாட்சி உண்டு. அநாதி கால மாகவே ஞானச் செல்வத்துக்கு உரிமையாளரான பெரி யோர்கள் பாரத பூமியில் வாழ்ந்து இதைப் புனித நாடாக்கி இருக்கிறார்கள்.

எத்தனை படித்தாலும் புலனடக்கம் இல்லாதவருக்குப் பெருமை இல்லை. கல்வியின் பயனே இறைவன் அருளைப் பெறுதல். கல்லாதவரே ஆனாலும் இறைவன் அருளில் ஈடுபட்டவர்கள் பெரியவர்கள். அன்று வாழ்ந்த கண்ணப்ப நாயனார் கல்லாதவர். ஆனால் அன்பு வடி வானவர். அவரை நினைக்கும் போதே பெரியவர்கள் உருகுகிறார்கள். பெருமை பெற்ற ஸ்ரீ ராமகிருஷ்ண பரம ஹம்சரும் நாம் நினைக்கிற கல்வியைப் பெறாதவர். ஆனால் அவருடைய பெருமையை இன்று உலகமெல்லாம் கொண்டாடுகிறது.

அத்தகைய ஞானிகளைத் தெய்வங்களைவிட உயர்வாகப் போற்றுவார்கள். அவர்கள் கண்கண்ட தெய்வமாக உலாவுகிறார்கள் அல்லவா? ஞானியரின் பெருமையைச்

சாத்திரங்கள் விரிவாகச் சொல்லுகின்றன. தோத்திரங்களி லும் அவர்களுடைய சிறப்பைக் காணலாம். நாடோடிப் பாடல்களிலும் ஞானிகளின் புகழைச் சொல்லும் பாட்டுக்கள் உண்டு.

ஞான நிஷ்டர்களின் பெருமையை ஒருவர் சொல்ல வருகிறார். சொல்ல ஆரம்பிக்கும் போதே அவருக்கு ஓர் உண்மை தெளிவாகத் தெரிகிறது. அவர்களுடைய புகழைச் சொல்லி முடிப்பது என்பது முடியாத காரியம் என்று உணர்கிறார். அதற்காகச் சும்மா இருந்து விடுவதா? அவர்கள் பெருமையில் கடுகளவு நினைந்தாலும் அதற்குத் தக்க பலன் உண்டு. ஆதலின் சொல்ல முற்படுகிறார்.

ஞான நிஷ்டர் மகிமை உரைக்க
நாவில் அடங்காது
ஆனாலும் அவர்குணம் நானும் அறிந்ததை
அன்பாகச் சொல்லுகிறேன் மிகவும்.

நாவில் அடங்காத மகிமையை உரைக்கப் புகுந்தால் அது வளர்ந்து கொண்டே போகும் அல்லவா? மிக விரி வாகத்தான் இவர் சொல்கிறார். அவர்கள் உடம்பினிடத் திலே மோகம் வைக்க மாட்டார்களாம். "பிறப்பறுக்க லுற்றார்க்கு, உடம்பும் பகை'' என்று திருவள்ளுவர் சொல்கிறார்.

ஆதியில் லாத சரீர சுகத்தைக் கண்டு
அறிந்து பிரமியார்கள்
பிராரப்த கர்மத்தைக் கண்டு மனசினால்
பார்த்தே மகிழ்ந்திருப்பார் – அதில்
ஆசக்தி வைத்தால் அநர்த்தம் வருமென்று

அறிந்த மகாத்மாக்கள்
பித்தரைப் போல ஜகத்தில் இருந்தவர்
பிரம்ம விசாரம் செய்வார்.

இந்தப் பாட்டைப் பாடியவர் இன்னார் என்று தெரி யாது. முன்னே சொன்ன திருநெல்வேலி அக்கா என்று சொல் வார்கள். அவர் அத்வைதி. கடவுள் ஒருவரே உயிர்களாக வும் மற்றப் பொருள்களாகவும் இருக்கிறார் என்ற கொள்கை உடையவர். "நானே கடவுள் ஆக இருக்கிறேன்" என்ற பொருளையுடைய "அகம் பிரம்மாஸ்மி" என்ற வேத வாக்கியத்தை வற்புறுத்துபவர். அவர் கூறும் ஞான நிஷ் டர்கள் தாமரை இலைத் தண்ணீர் போலவும், ஓட்டில் ஒட்டாத புளியம் பழம் போலவும் இருப்பார்களாம். 'நாமே பிரம்மம்' என்று அநுபவத்திலே உணர்வார்களாம். பாமரர்களைத் தம்முடைய அநுபவத்திலே உணர்வார் களாம். பாமரர்களைத் தம்முடைய உபதேசத்தாலே தூய வராக்குவார்களாம்.

தாமரை இலைநீரைப் போலே ஜகம்எங்கும்
தான்மறைப் பாய்இருப்பார்
பூமியில் உள்ள புளியும் ஓடும் போலே
போகம் புஜித்திருப்பார்
நாம்அந்தப் பிரம்மம் அகம்அஸ்மி என்று
நன்றாகப் பார்த்திருப்பார்
பாமர ரைத்தங்கள் வார்த்தைக ளைச்சொல்லிப்
பரிசுத்த ராக்கி வைப்பார்.

கந்தையானாலும் பீதாம்பரமானாலும் அவர்களுக்கு ஒன்றுதான். "ஓடும் செம்பொனும் ஒக்கவே நோக்கும்" உள்ளம் படைத்தவர்கள் என்று சேக்கிழார் கூறுவார். எவ்வுயிர்க்கும் கருணை பாலித்திருப்பார்கள்.

கந்தையும் பீதாம் பரமும் சரியென்றே
கண்டே மகிழ்ந்திருப்பார்
தந்தைதாய் போலே பட்சம்வைத் துப்பிறரைச்
சமனாகப் பார்த்திருப்பார்
சிந்தையி லேப்ரம்மம் அஸ்மிநான் என்று
தெரிந்தே துதிகள்செய்வார்
முந்தி இருந்த படிஇருப் போமானால்
முக்தியில் ஏகம்என்பார்.

அவர்களுடைய இருப்பிடம், தொடர்புள்ள பொருள் கள் எல்லாமே தூய்மையையும் பெருமையையும் அடைந்து விடுகின்றன. மூர்த்தி, தலம், தீர்த்தம் என்ற மூன்று சிறப்புக்களும் அவர்கள் இருக்கும் இடத்திலே அமைகின்றன. உண்மையில் அந்த மூன்றையும் தரிசிப்பதற்குப் பயனே குருவைக் காண்பதுதான் என்று தாயுமானவர் சொல்கிறார்.

மூர்த்திதலம் தீர்த்தம் முறையாத் தொடங்கினர்க்கு
வார்த்தைசொலச் சற்குருவும் வாய்க்கும் பராபரமே

என்பது அவர் வாக்கு. இவர் கூறுவதைக் கேட்கலாம்.

அவர்கள் இருக்கும் ஸ்தலங்களே அறுபத்து
ஆறு கோடிதீர்த்தம்
அவர்கள் இருக்கும் ஸ்தலங்களே காசி
ஆதி கயிலாசம்
அவர்கள் இருக்கும் ஸ்தலங்களே தில்லை
யம்பலம் மாயூரம்
அவர்கள் இருக்கும் ஸ்தலங்களுக் கொப்பாக
ஆராலே சொல்லப்படும்?

ஜீவன் முத்தர்களாகிய ஞானிகளை உபசரிப்பவர்கள் மிக உயர்ந்த பலனைப் பெறுவார். ஞான நிலையைப் பெற்றவர்களின் பெருமையை வேதங்கள் கூறுகின்றன.

அவர்கள் உதரத்தில் நெல்லி இலைகொண்டு
அன்னங்கள் இட்டபேர்கள்
பவரோகம் அற்றுப் பாரில் பிறப்பற்றுப்
பட்ச முடன்இருப்பார்.
வேதங்க ளாலும் உபநிஷத் தாலும்
விரிக்கும் புகழுடையார்
ஜீவன்முக் தர்மகிமை தீர்ந்தநிலை யுள்ளஆதி
சேஷர்க்கும் கூடாது.

இத்தகைய ஞான நிஷ்டர்கள் காற்றும் கனலும், மலையும் குளமும், திண்ணையும் தெருவும் ஞான மணம் வீச உலவின நாடு இந்த நாடு. அதனால்தான் உயிரோடு தொடர்புள்ள உண்மைகளாகிய தத்துவச் செய்திகளை வீதியிலே வரும் பரதேசி பாடுகிறான்; கோயிலிலே நிற்கும் குருக்கள் பாடுகிறார். குழந்தையைத் தாலாட்டும் பாட்டியின் வாக்கில் வேதாந்தம் ஒலிக்கிறது. குடிசையிலே வாழும் ஏழையும் அவனுக்குத் தெரிந்த மொழியிலே எட்டடிக் குச்சைப் பற்றியும், குயவன் தந்த குடத்தைப் பற்றியும் பாடுகிறான்.

பாரத நாட்டில் ஞானம் அப்படித் தண்ணீர் பட்ட பாடு பட்டது!

நிறைந்தது

★ ★ ★

9 788198 908568

Printed at Repro India Ltd.